கரகரப்பின் மதுரம்

கரகரப்பின் மதுரம்

இசை (பி. 1977)

இயற்பெயர் ஆ. சத்தியமூர்த்தி. கோவை மாவட்டம் இருகூரில் வசித்துவருகிறார்.

இதுவரை எட்டுக் கவிதை நூல்களும், எட்டுக் கட்டுரை நூல்களும் வெளியாகியுள்ளன.

இது இவரது ஒன்பதாவது கட்டுரை நூல்.

மின்னஞ்சல்: isaikarukkal@gmail.com

அன்பார்ந்த வாசகருக்கு,

வணக்கம்.

காலச்சுவடு நூலை வாங்கியமைக்கு நன்றி.

நூலின் உள்ளடக்கம், உருவாக்கம், அட்டைப்படம் இன்ன பிற அம்சங்கள் பற்றிய உங்கள் கருத்துகளையும் ஆலோசனைகளையும் காலச்சுவடு வரவேற்கிறது. தகவல், எழுத்து, வாக்கியப் பிழைகள் தென்பட்டால் அவசியம் தெரிவித்து உதவுங்கள். நூல் தயாரிப்பில் கடும் குறைபாடு இருப்பின் மாற்றுப் பிரதி உங்களுக்குக் கிடைக்கக் காலச்சுவடு ஏற்பாடு செய்யும்.

மின்னஞ்சல்: **publisher@kalachuvadu.com**

காலச்சுவடு நாகர்கோவில் அலுவலகத்திற்குக் கடிதம் அனுப்பலாம்.

தங்கள்
எஸ்.ஆர். சுந்தரம் (கண்ணன்)
பதிப்பாளர் — நிர்வாக இயக்குநர்

Unauthorised use of the contents of this published book, whether in e-book or hardcopy format, for any type of Artificial Intelligence (AI) training — including but not limited to Machine Learning, Deep Learning, Natural Language Processing, Computer Vision, Chatbot Training, Image Recognition Systems, Recommendation Engines, and Language Models — is strictly prohibited without prior licensing from the publisher. Any such unauthorised use may result in legal action.

இசை

கரகரப்பின் மதுரம்

காலச்சுவடு பதிப்பகம்

கரகரப்பின் மதுரம் ♦ கட்டுரைகள் ♦ ஆசிரியர்: இசை ♦ © ஆ. சத்தியமூர்த்தி ♦ முதல் பதிப்பு: ஜூன் 2025 ♦ வெளியீடு: காலச்சுவடு பப்ளிகேஷன்ஸ் (பி) லிட்., 669, கே.பி. சாலை, நாகர்கோவில் 629001

காலச்சுவடு பதிப்பக வெளியீடு: 1373

karakarappin maturam ♦ Essays ♦ Author: Isai ♦ © A. Sathyamurthy ♦ Language: Tamil ♦ First Edition: June 2025 ♦ Size: Demy 1 x 8 ♦ Paper: 18.6 kg maplitho ♦ Pages:152

Published by Kalachuvadu Publications Pvt. Ltd., 669 K.P. Road, Nagercoil 629001, India ♦ Phone: 91-4652-278525 ♦ e-mail: publications @kalachuvadu.com ♦ Printed at Mani Offset, Chennai 600077

ISBN: 978-93-6110-550-0

06/2025/S.No. 1373, kcp 5819, 18.6 (1) ass

ஆட்கொண்டருளும்
சஞ்சய் சுப்பிரமணியனின்
சங்கீதத்திற்கு...

நன்றி!

காலச்சுவடு, உயிர்மை, அகழ் மின்னிதழ், காலம், அறிவுச் சமூகம், புரவி இலக்கியக் கூடுகை, பொற்றாமரை, நற்றுணை, பிசகு

ஜி. குப்புசாமி, சோ. விஜயகுமார்,
இரா. பூபாலன், சுடர்விழி, சோலை மாயவன்,
தஸ்னீம் நஸீர், பார்கவி, க. செந்தில்குமார்
விஷ்ணுபுரம் இலக்கிய வட்டம்

பொருளடக்கம்

முன்னுரை	11
ஆளுமைகள்	
இளையராஜா	15
ஜெயமோகன்	21
கவிதை	
ஒரு கவிதையின் கதை	31
நோக்க நோக்கக் களியாட்டம்	35
கவிதையை இனம் காணுதல்: இந்த நூற்றாண்டுக்கான கேள்விகள்	40
எப்படி எழுந்தனவோ	49
கவிதை - இசை	
கவிதையின் பாட்டும், பாட்டின் கவிதையும்	63
அன்பெனும் பெருவெளி: கூட்டுக்களி	75
புத்தகங்கள்	
தோழர் தியாகுவின் 'சுவருக்குள் சித்திரங்கள்'	89
அ. முத்துலிங்கத்தின் 'கடவுளுக்கு வேலை செய்பவர்'	98
'களிநெல்லிக்கனி' – ஏற்புரை	103

சினிமா
   சிவரஞ்சனியும் இன்னும் சில பெண்களும்   109

பிற
   இசைக் கலைஞன் 'போல' ஆவது எப்படி?   115

நேர்காணல்கள்
   அந்தியின் முன் நிற்பதும், காதலின் முன் நிற்பதும் ஒன்றுதான்   125
   மிகைக்குள்ளும் ஓர் அளவு செயல்படுகிறது   138

முன்னுரை

என் முந்தைய கட்டுரை நூல்களைப் போலவே இந்த நூலிலும் கவிதை குறித்த உரையாடல்களே அதிகம் இடம்பிடித்துள்ளன. கவிதைபற்றிய பேச்சின் பித்து எப்போதும் குறைந்து விடுவதில்லை. பேசப் பேசக் கவிதை தீர்வதற்குப் பதிலாக மேலும் மேலும் வளர்கிறது. கவிதை குறித்த பொன்மொழிகள் உள்ளே நிறையவே உள்ளன. ஆகவே இங்கும் வேண்டாமென்று நினைக்கிறேன்.

கவிதைக்கு அடுத்தபடியாக இசைகுறித்த எழுத்துக்கள் இதில் உள்ளன. ஒரு வருடமாகச் சில வாத்தியங்களை வாசிக்கத் தொடங்கியுள்ளேன். அந்தத் தாளம் என் கவிதையிலும் எழுத்திலும் வினை செய்கிறது என்றே நினைக்கிறேன். எப்படி என்று கேட்டால் சொல்ல இயலாது. எழுத்தை மட்டுமல்ல என் அன்றாடத்தை ஒழுங்காக்குவதிலும் அவை பங்காற்றிவருகின்றன. ஓர் ஒழுங்கு இன்னொரு ஒழுங்கிற்கு அழைத்துச் செல்கிறது. ஒழுங்காக இருந்துகொண்டே மகிழ்ச்சியாகவும் இருக்கலாம் என்கிற ஞானத்தை, காலம் கடந்தேனும் வாத்தியங்கள் அளித்துள்ளன. கல்யாண்ஜி, ஜெயமோகன் இருவரையும் இத்தருணத்தில் நினைவில் கொள்கிறேன். அவர்களின் சொற்களை ஓர் எளிய பாராட்டாக எண்ணிக் கடக்காமல் குறியாடிகளின் குறிபோல் மனம் பற்றிக்கொண்டது. நானும் என் ஜும்பேவும் இருக்கும் அறைக்குள் இன்பத்தைத் தவிர இன்னொன்றால் நுழைந்துவிட

முடிவதில்லை. நான் எண்ணிய தாளம் அமைந்து வந்துவிட்டால், விரும்பிய வாழ்வே அமைந்துவிட்டதுபோல் ஓர் ஆனந்தம்.

சில மாதங்களுக்கு முன் பிரபல வார இதழிலிருந்து அழைத்து வாரம் ஒரு கவிதை என்று 'தொடர்ந்து' எழுத முடியுமா என்று கேட்டார்கள். எனக்கு யோசிக்க ஒன்றும் இருக்கவில்லை. "இயலாது" என்று சொல்லிவிட்டேன். கட்டுரை என்றால் ஒத்துக்கொண்டிருப்பேன். கவிதைக்கு நாம் எங்கு உழைக்க வேண்டும் என்பது தெரியவில்லை. கட்டுரையை உழைத்துக் கொட்டி உருவாக்கிவிடலாம் என்றே நினைக்கிறேன்.

சஞ்சய் வீட்டு வாசலில் போய் நின்றுகொண்டு "சும்மா இந்த வழியா வந்தோம், நீங்க உப்பரிகையில நின்னு சும்மா கை காட்டுங்க... நாங்களும் ஒரு 'ஹாய்' சொல்லிட்டு போய்டறோம்..." என்று சொல்லுகிற திமிரை, பித்தை எழுத்துதான் தந்திருக்கிறது. நிஜமாலுமே அன்று அவர் அப்படி உயரத்திலிருந்து கை காட்டி நாங்களும் ஒரு 'ஹாய்' சொல்லிப் பிரிந்திருந்தால் அந்தத் தருணம் மேலும் அழகாக இருந்திருக்கும். வந்தவர்களை வீட்டிற்குள் அழைக்கும் பண்பாட்டால் அந்த அழகு செத்துவிட்டது. இந்த நூலை அவருக்குச் சமர்ப்பித்து அகம் மகிழ்கிறேன்.

இந்தக் கட்டுரைகளில் அதிகம் *அகழ்* இதழில் வெளியானவை. விஷாலுக்காக எழுதப்பட்டவை என்றும் அவற்றைச் சொல்லலாம். அவனுக்கு என் முத்தம். எளிதில் நிறைவடையாத அவன் மனம் என் எழுத்தைச் செறிவூட்ட உதவுகிறது. வெங்கோடையில் தருநிழல்களாக நிற்கிற நண்பர்களை இத்தருணத்தில் அணைத்துக்கொள்கிறேன். கண்டிப்பான அன்னையாக மாறிவருகிற சரோவுக்கு எம் அன்பு. 'என்' என்று எழுத நினைத்து 'எம்' என்று பிழைத்துவிட்டது. சமயங்களில் பிழைகள் எழுத்தைச் சரிசெய்கின்றன.

அட்டை வடிவமைப்பிற்காக ஏ.வி. மணிகண்டனுக்கும் பின்னட்டைக் குறிப்பிற்காக செந்தில்குமார் நடராஜனுக்கும் நன்றி!

எழுத்து நிகழ்த்துகிற அற்புதங்களை ஒப்பிட்டால் நான்தான் அதற்கு இன்னும் நிறைய தர வேண்டியுள்ளது.

இருகூர் **இசை**
13.3.25

ஆளுமைகள்

இளையராஜா

கரகரப்பின் மதுரம்

நான் முறைப்படி 'இசை' பயின்றவன் அன்று. ஆயினும் பாடகன். பெயர்கூட 'இசை'. எவ்வளவு திமிர்? தமிழ்நாட்டில் எல்லோரும் பாடகர்தான். தன் வாழ்வில் ஒரு பாடலைக்கூட முணுமுணுத்தி ராத மனித உயிர் என்று எதுவும் இருக்காது. அதுவும் இளையராஜாவின் தேசத்தில் எல்லோரும்தான் பாட வேண்டும். எல்லோரும்தான் பறக்க வேண்டும்; பாடல் என்பது கொஞ்சமாகப் பறப்பது. மனிதன் பாதசாரியானாலும் பறக்க விரும்புவன்தான். அவன் அத்தனை நெரிசல்களுக்கிடையே நடந்து நடந்து சலிப்பவன். எனவே, சமயங்களில் அத்தனையையும் விட்டுவிட்டு அவன் பறக்கத்தான் வேண்டும். நான் பாத்ரூம் ஓட்டை வழியே பறந்து வானத்திற்குப் போய்விடுபவன். என்னை வானத்தில் ஏற்றிவிடும் அம்மையப்பன் இளையராஜா.

எனக்கு ராஜாவின் இசையைப் போலவே அவர் குரலும் அவ்வளவு பிடிக்கும். ஆனால், ஏன் பிடிக்கிறது என்பதுபற்றி இதுவரை யோசித்த தில்லை. ஆராய்ந்து பார்த்ததில்லை. ஆராயவும் தெரியாது. ஆராயத் தெரியாது என்பது அருவியின் முன் ஒரு சலுகை. குடைந்து குடைந்து நீராட வேண்டியதுதான்.

ராஜாவின் இசையைப் போற்றிப் புகழும் சிலருக்குக்கூட அவர் குரல் உவப்பானதாய் இருப்ப தில்லை. கொஞ்சம் இசை அறிந்த நண்பர் ஒருவர் தலையைக் குலுக்கியபடி, "அவர் பாட மட்டும் கூடாதுங்க..." என்று ஏதோ ஒரு மாபாதகத்தைக் குறிப்பதுபோல் கூறியது இப்போதும் நினைவிருக்கிறது.

இப்படிச் சிலரை எனக்குத் தெரியும். அந்தக் குரலின் கரகரப்பு அவர்களைத் தொந்தரவு செய்கிறது போலும்? அவர்கள் ஒருவேளை குரலில் பளிங்கைத் தேடுபவர்களாக இருக்கலாம். அதுவும் கண்ணாடிப் பளிங்கு வேண்டும்போல? ராஜாவின் குரலும் பளிங்குதான். ஆனால், அது செடி செத்தைகள் மிதந்தலையும், லேசாக மண் கலங்கித்தெரியும் ஓடையின் பளிங்கு.

ராஜாவின் குரல் எப்போது அறிமுகம் ஆனது என்கிற புள்ளிவிவரம் என்னிடமில்லை. குழந்தைப் பருவத்தில் இருந்தேகூட வருவது. ஆகவே ஒரு தகவலாக அதைத் தனியே பிரித்துச் சொல்ல இயலவில்லை. ஆனால் காதலென்றால் என்ன என்றே அறியாத வயதில் "மாடிவீட்டு கன்னிப் பொண்ணு" என்கிற வரிக்குக் கண்கலங்கி நின்றிருக்கிறேன். "பந்தபாசச் சேற்றில் வந்து விழுந்த வேகம் எந்தக் கங்கை ஆற்றில் இந்த அழுக்குப் போகும்?" என்கிற வரியின் முன் வினோதமான குழப்பங்களுக்கு ஆளாகியிருக்கிறேன். நமக்கு விருப்பமான ஒரு நாளின், விருப்பான பொழுது எப்படிப் புலரும்? "நான் தேடும் செவ்வந்திப் பூவிது" பாடலுக்கு முன் வரும் ராஜாவின் ஹம்மிங்கைப் போலத்தான் புலரும். "ராஜா ரசிகனொருவன் ஒரு முறை அழுத்தம் திருத்தமாகச் சொன்னான்... என் எல்லாக் காதல்களுக்கும் நான் அளிக்கும் முதல் பரிசு, "சங்கத்தில் பாடாத கவிதை தான்". அந்தப் பரிசைப் பொருட்படுத்தாதவளைத் தொடர்ந்து காதலிக்க வேண்டிய அவசியமேதுமில்லை அல்லவா?"

உன்னி கிருஷ்ணன், சித் ஸ்ரீராம் போன்றோரின் குரலில் இருக்கும் பட்டுத்தன்மை ஒரு சாமான்யனுக்கு எப்போதும் வியப்பிற்குரியது. அது அவர்கள் தொட முடியாத தூரத்தில் இருக்கிறது. ஆனால், ராஜாவின் குரல் கொஞ்சம் அவனைப் போலவே ஒலிக்கிறது. அவனால் அந்தக் குரலைத் தொட்டுப்பார்க்க முடிகிறது. அவன் அவர்கூடச் சேர்ந்து பாடத் தொடங்கிவிடுகிறான். இது இருவருக்கும் ஒருவித இணக்கத்தை ஏற்படுத்திவிடுகிறது. தான் ஒரு பாடகன் என்று ஒருவனை நம்ப வைத்துவிடுவது, காட்டுப் பாதையின் கும்மிருட்டுப் பயணத்தில் ஒரு விளக்கை அளிப்பது போல. "நான் இருக்கிறேன்" என்று சொல்ல எப்போதும் நெஞ்சோடு ஒரு தெய்வம் உறைவது போல.

ராஜாவின் குரல் எளியதுபோல் தோன்றினாலும் அது அவ்வளவு எளிதல்ல என்பதைப் பாடும்போது உணர்ந்து கொள்கிறோம். சமீபத்தில் வெளியான, 'மாரி-2' படத்தில் வரும், "வானம் பொழியாம" பாடலை அவர் கொஞ்சம்

சிரமத்தோடு பாடியிருப்பதுபோல்தான் தோன்றுகிறது. கொஞ்சம் பிசிறுகள் தெரிகின்றன. ஆனால், அவையும் ஒருவித அழகோடே வெளிப்படுகின்றன. இப்போது நான் ஒரு வாரமாக அந்தப் பிசிறுகளுக்கு முயற்சித்துக்கொண்டிருக்கிறேன். அவை, அவரது குரலின் அழகியல்களில் ஒன்றாகவே மாறிவிட்டன என்று தோன்றுகிறது. பாடிப்பாடி அவை உண்மையில் பிசிறுகள்தானா அல்லது ஒருவித நுட்பமா என்கிற சந்தேகம்கூட எனக்கு வந்துவிட்டது.

ஒரு நல்ல பாடகன் என்பவன் எல்லாப் பாவங்களிலும் பாடக்கூடியவன்தான். ராஜாவின் துள்ளல் பாடல்களை நினைக்கையில் இரண்டு சம்பவங்கள் நினைவில் எழுகின்றன. எங்கள் ஊரில் பேச்சிமுத்து என்று ஒருவர் இருந்தார். சில ஆண்டுகள் முன்தான் இறந்துபோனார். ஒரு தொழிற்சாலையில் காவலாளியாக இருந்தார். அவர் “ஓரம்போ. . . ஓரம்போ. . .” பாடலை சைக்கிள் மிதித்தபடியே சத்தமாகப் பாடிக்கொண்டு போவதைப் பலமுறை கண்டிருக்கிறேன். ‘பிச்சமுத்து’ என்பதைப் பேச்சிமுத்து என்று மாற்றிப் பாடுவார். அவரும் அந்தப் பாடலும் மட்டுமே இந்தப் பூமியில் இருப்பதுபோலப் பாடிக்கொண்டு போவார். அவர் யாருக்குக் கீழும் இல்லை. பெரிய கார் கடந்து மறையும்வரை வணக்கம் வைத்த படியே ஆடாது அசையாது நிற்கும் அந்த வாட்ச்மேன் இல்லை அவர் அப்போது. . .

நாயகன் படம் எங்கள் ஊர் தியேட்டருக்கு வந்தபோது நான் சிறுவன். எங்கள் பகுதியில் மில் தொழிலாளர்கள் அதிகம். அப்போது, எல்லோரும் கழுத்தில் துண்டு போட்டிருப்பார்கள். பால்காரர்கள், குடியானவர்கள் தொடங்கி கல்லூரி மாணவர்கள் வரை கலர் கலராகத் துண்டு போட்டுக்கொண்டு அலைந்த காலம் அது. அந்தத் தியேட்டரில் இரண்டே இரண்டு வகுப்புதான். தரை டிக்கட், சேர். படத்தில், “நிலா அது வானத்து மேல” பாடல் துவங்கியதும் மொத்த தரை டிக்கட்டும் எழுந்து ஆடியது நினைவிருக்கிறது. உற்சாகம் அதிகமானால் கழுத்துத் துண்டு தலையில் ஏறிவிடும். தலையில் துண்டோடு மொத்தச் சனமும் ஆட, கூசிய ஓரிருவர் ஒதுங்கி நின்று கண்டுகளித்தனர். ஆனால், அவர்களும் தமக்குள் ஆடிக்கொண்டு தான் இருந்தார்கள். அவர்கள் துண்டும் தலையில்தான் இருந்தது.

எனக்கு எப்போதும் ராஜாவின் குரல் ஸ்பெஷல்தான். சில பாடல்களை இரண்டு பாடகர்கள் தனித்தனியே பாடியிருப்பார்கள். அந்த இரண்டில் எப்போதும் நான் கேட்பது ராஜாவின் குரலைத்தான். “நானாக நானில்லை தாயே” என்று ராஜாதான் சொல்ல வேண்டும் எனக்கு. எஸ்.பி.பி சொல்லும்

அளவு அவ்வளவு அழகாக என்னால் சொல்ல முடியாது என்பது முதல் காரணம். அம்மா முன் மண்டியிடுகையில் அவ்வளவு அழகு தேவையில்லை என்பது இன்னொரு காரணம். எனக்குப் பாடல்களில், ‘sweetness’ சைத் தாண்டி வேறொன்று வேண்டியிருக்கிறது. அந்த வேறொன்று ராஜாவின் குரலில் இருக்கிறது. ஒரே பாடலில்கூடப் பெண்குரலின் வரிகளை விட்டுவிட்டு முன்னால் ஓடி ராஜாவின் குரலுக்காகக் காத்துநிற்பேன். ஒருவேளை ஆண் என்பதால் அப்படி ஆகிறதா என்று யோசித்தால் அப்படியும் இல்லை. இரண்டு ஆண்கள் பாடும் பாடல்களிலும் என் மனம் ராஜா உச்சரிக்கும் சொற்களைத் தேடித்தான் ஓடும். உதாரணமாக, “பாட்டுப் பாடவா” படத்தில், “வழிவிடு வழிவிடு வழிவிடு என் தேவி வருகிறாள்” என்று ஒரு பாடல் எஸ்.பி.பியும் ராஜாவும் சேர்ந்து பாடியுருப்பார்கள். நான் வழக்கம்போல ராஜா வரிகளில் நின்றுவிடுவேன். அல்லது பாட்டை விட்டுவிட்டு ஓடுவேன். அதே படத்தில் ராஜாவின் குரலில் இன்னொரு பாடல், “நில் நில் நில்” என்று தொடங்கும். அதில் ஒருவரி “மீன் விழுந்த கண்ணில் நான் விழுந்தேன் அன்பே”. நான் தேவியாக இருந்திருந்தால் நிச்சயம் ராஜா வீட்டுக்குத்தான் போயிருப்பேன்.

வைரமுத்துவின் பிரிவுக்குப் பிறகு வரிகளில் ராஜா அதிகக்கவனம் எடுத்துக்கொள்ளவில்லை என்றே தோன்றுகிறது. “fill in the blanks with suitable words” என்கிற கணக்கில்தான் பாடல் வரிகள் இருந்தன. வாலி அந்த இடத்தைச் சரியாக நிரப்பினார். ராஜாவின் பாடல்களின் எண்ணிக்கைப் பெருக்கத்திற்கும். வேகத்திற்கும் அவர் பொருத்தமானவராக இருந்திருக்கலாம். புலமைப்பித்தன் போன்ற பாடலாசிரியர்களை அவர் சரியாகப் பயன்படுத்தவில்லை என்கிற மனக்குறை எனக்கு உண்டு. ஆயினும், பாட்டுக்குள் இறுதி செய்யப்படும் வரிகளை மதிப்பவராகவே அவர் இருந்திருக்கிறார். ஒரு சொல்லின் ஜீவனை அதன் ஆழமான பொருளுணர்ந்து, அழகுணர்ந்து அசைப்பவர் அவர். உதாரணத்திற்கு ‘ராசாத்தி’ என்கிற சொல் வெறுமனே அழகை மட்டும் குறிப்பதல்ல. அதனுள்ளே ஆழமான நேசமும் இருக்கிறது. நாம் ‘ராசாத்தி’ சொல்வதில்லை. நம் அப்பனும் பாட்டனும் சொல்லியிருக்கிறார்கள். நாம் கேட்டிருக்கிறோம். “உள்ளம் உருகுதே ராசாத்தி…” என்கிற வரியில் வரும் ராசாத்தி அந்த ராசாத்திதான். “வானம் பொழியாம” பாடலில் நீங்கள் இதைக் கேட்கலாம்.

அவதாரம் படத்தில் “தென்றல் வந்து தீண்டும்போது” பாடல் மெகா ஹிட். அந்த அலையில் அடித்துக்கொண்டு போய்விட்ட ஒரு அற்புதம் என்று, “சந்திரரும் சூரியரும்

பெத்ததொரு புத்திரனும் நான்தானே" பாடலைச் சொல்லலாம். பாடலைப் பாடுபவன் ஒரு கூத்துக் கலைஞன். ஆனால், பாடலின் பின்னணியில் மேற்கத்திய இசையின் பிரம்மாண்ட ஊர்வலம். இச்சிப்பட்டியிலிருந்து கிளம்பி இங்கிலாந்தைச் சுற்றிவிட்டுத் திரும்பவும் இச்சிப்பட்டியில் தரையிறங்குகிறது பாடல். எங்களுக்கு 'ஒபேரா' என்கிற பெயர் மட்டும்தான் தெரியாது. ஆனால், ஒபேரா தெரியும். தெரியச் செய்தவர் இளையராஜா.

ராஜாவின் குரல் நம் குரல்போலவே இருப்பதால் அதில் ஒரு, 'அந்தரங்கத் தன்மை' வந்துவிடுவதாகத் தோன்றுகிறது. "காயிலே புளிப்பதென்ன கண்ண பெருமானே" என்பது தத்துவம். "சாறைப் பாகாக நாம் காய்ச்சலாம் அம்மா அருள்தானே இனிப்பாக்குது" என்று ராஜா பாடுகையில் அது ஒரு கிராமத்து மனிதனின் எளிய பக்தி. திருவாசகத்தைப் பல ஓதுவார்கள் பாடும்போதும் அது ஒரு சைவப் பனுவலாகவே ஒலிக்கிறது. ஆனால், நாயிற் கடையாய்க் கிடந்த அடியேற்கு. என்று ராஜா பாடுகையில், நாம் நமது லௌகீக வாழ்வில் நாயிற் கடையாய்க் கிடந்த பொழுதுகளையும் சேர்த்தே நினைவூட்டிவிடுகிறது. நாம் உருகி வழிந்துவிடுகிறோம்.

ராஜாவின் குரலில் ஒரு சரணாகதித் தன்மையும் உண்டு. "உன்னையல்லால் எனக்கு வேறு யாருமில்லை" என்று மண்டியிடுகிற பாவம் தொனிக்கும் வரிகளை ராஜா அளவு இதயப்பூர்வமாகப் பாடுபவர்கள் குறைவு. இந்தச் சரணாகதித் தன்மை அவரது பக்தி இலக்கிய ஈடுபாட்டிலிருந்து வந்திருக்கலாம். "முயன்றால் முடியாதது ஒன்றுமில்லை" என்பது வாழ்வு களை இழந்துவிடக் கூடாது என்பதற்காக நமது முன்னோர் சொல்லிவைத்த ஓர் ஏமாற்று. எவ்வளவு முயன்றாலும் முடியாதவை என்று சில உண்டு. விதியைச் சுட்டிப் பாடும் இடங்களிலும் அதற்கேயான கையறுநிலையை இயல்பாகவே தொட்டுவிடுகிறது அவரது குரல்.

ஒரு பாடகன் விதவிதமான பாவங்களில் பாடியிருந்தாலும் அவனது குரல் ஏதோ ஓர் ஆதாரமான மனித உணர்வுடன் நெருக்கமாகப் பிணைந்திருக்கும். அவ்வகையில் எஸ்.பி.பி யைக் 'கொண்டாட்டம்' எனலாம். அப்படி ராஜாவின் குரல் எந்த உணர்வோடு பிணைந்திருக்கிறது என்று யோசித்தால் அதற்கான பதில் 'கண்ணீர்'தான். "ஆலோலம் பாடி" என்கிற பாடல் அழுகையில் தொடங்கி அழுகையில் முடிகிறது. "எங்கே செல்லும் இந்தப் பாதையும்" அப்படித்தான். வரிகள் இவற்றிற்கு ஒரு சாக்கு மட்டுமே. ராஜா நம்மைக் காதலிக்க வைத்திருந்தாலும் ஆட வைத்திருந்தாலும் அவரது குரலின் ஆதாரம் துக்கம்தான்.

நிர்க்கதியாக நிற்கும் ஒருவனின் அவலக் குரலாக ஒலிக்கும் பண்பு அவரிடம் உண்டு. நாம் அப்படி நிர்கதியில் நிற்கும் தருணங்களில் நம் குரல் அவர் குரலாகவே மாறிவிடுகிறது. நாம் நடுரோட்டில் பலர் காண அழுதுகொண்டே போகிறோம்.

"அள்ளி அணைக்க யாரேனும் இருக்கும் இடத்தின் பெயரெல்லாம் வீடென்று ஆகுக" என்பது நண்பன் குணா கந்தசாமியின் கவிதை வரி. வீட்டிலிருந்து அலுவலகத்திற்கும் அலுவலகத்திலிருந்து வீட்டிற்குமான இரண்டு மணிநேரப் பயணத்தில் என் ஹெல்மெட்டுக்குள் அழகான வீடொன்று உருக்கொள்ளும். அதைக் கட்டியெழுப்பி வாழ்வின் மகத்தான பரிசாகக் கையளிப்பவர் இளையராஜா. உண்மையில், அது வீடுபேறு.

"தாயிற் சிறந்த தயாளனுக்கு" என் சிரம் தாழ்ந்த வணக்கங்கள்.

காலம் இதழ்

சகாக்கள் கோபித்துக் கொள்ளாதபடி ஜெயமோகனைப் புகழ்வது எப்படி?

நன்றியும் நகையும்

ஜெயமோகனை முதன்முதலாகச் சந்தித்தது ஊட்டி காவியமுகாமில். "என்ன செய்கிறீர்கள்?" என்று கேட்டார். "அரசு மருத்துவமனையொன்றில் பார்மசிஸ்டாக இருக்கேன்" என்று பதில் சொன்னேன். "கவிஞனா இருக்கேன். பார்மசிஸ்டா வேலை செய்யறேன்னு சொல்லுங்க" என்று அதிரடியாகச் சொன்னார். என் கவி வாழ்வில் நான் சந்தித்த முதல் அதிரடி அதுதான். பின்புதான் அவர் என்ன சொன்னாலும் அதிரடியாகத்தான் சொல்வார் என்பதை அறிந்துகொண்டேன். கவிஞன் என்பது ஒரு சிறிய பெருமிதம் என்பது எனக்குத் தெரியும். ஆனால், அதை இவ்வளவு சத்தமாகச் சொல்லலாமா என்பதில் குழப்ப மிருந்தது. பிறகு வாழ்வில் சில அபாரமான தருணங்களில், சில இக்கட்டான தருணங்களில், "நான் கவிஞன்" என்று எனக்கு நன்றாகக் கேட்கும் சத்தத்தில் சொல்லிக்கொண்டேன். அது அபாரமான தருணத்தை மேலும் அபாரமாக்கியது. இக்கட்டுகளைக் கடந்துசெல்ல உதவியது.

ஜெயமோகனைத் தீவிரமாக வாசிக்கத் தொடங்கியது 2000த்தின் துவக்கத்தில் உயிர்மை இதழ்களின் வாயிலாக. இப்போது "குமரித்துறைவி" வாசிப்பில் இருக்கிறது. அவர் என் விருப்பத்திற்குரிய

எழுத்தாளராக இப்போதும் தொடர்கிறார். "கவிதை பிறிதொன்றில்லாத புதுமை" என்கிற வாசகத்தை அவர் ஒருமுறை எழுதினார். நான் கவிதையியல் பேசும் ஒவ்வொரு நிகழ்விலும் அவ்வாசகம் தவறாது இடம்பெற்றுவிடுகிறது. வர இருக்கும் என் புதிய கவிதைத் தொகுப்பின் முன்னுரையில்கூட இந்தப் 'புதிது' உண்டு.

என் கவிதைகள் குறித்து அவர் தனியே சில கட்டுரைகளை எழுதியுள்ளார். தவிர, 'வாழ்க்கைக்கு வெளியே பேசுதல்' தொகுப்புவரை ஒவ்வொரு நூலின் வருகையின்போதும் அந்த நூலைக் கவனப்படுத்தி ஒரு கடமைபோலத் தொடர்ந்து எழுதி வந்துள்ளார். 'ஜெ' ஒரு முறை "இன்று நான் மிகமிக விரும்பும் கவிஞர் என்றால் இசைதான்" என்று எழுதி யிருந்தார். இளங்கோ சொன்னான் "உனக்கு V.V. GOOD போட்டுருக்காப்ல..." உண்மையில், அப்போது அந்த மாணவ மனநிலையில்தான் இருந்தேன் என்பதை இப்போது ஒளிக்க விரும்பவில்லை. நான் எழுதுவது கவிதையே இல்லை என்று சொல்ல அப்போது சிலர் இருந்தார்கள். அவர்களால் புதிய ஒன்றைக் காண இயலவில்லை. அல்லது காண விரும்பவில்லை. அவர்களுக்கு 'ஜெ' தன் கட்டுரைகளில் தொடர்ந்து பதில் அளித்துவந்தார். ஒரு கவிதை விமர்சகர் என்கிற வகையில் அது அவரது பொறுப்பாகவும் இருந்தது. "ஏன் ஜெயமோகன் இப்படித் தொடர்ந்து இசைபற்றி எழுதிக்கொண்டே இருக்கிறார்?" என்று சந்தேகித்த ஓர் 'உண்மை அறியும் குழு' எங்கள் இருவரின் ஆதிவேரைத் தேடிப்போய், கடைசியில் இரண்டு வேரும் வேறுவேறு என்பதை அறிந்து பெருத்த ஏமாற்றத்தோடு திரும்பியதாக ஒரு கதை உண்டு.

நான் இதுவரை தனியே கிளம்பிப்போய் நாகர்கோவிலில் ஜெயமோகனைச் சந்தித்ததில்லை. கோவையிலும் தனியே சந்தித்து உரையாடியதில்லை. எப்போதும் கூட்டத்தோடு கூட்டமாகத்தான் பார்த்திருக்கிறேன். கூட்டத்தில் எவ்வளவு பேச முடியுமோ அவ்வளவுதான் பேசியிருக்கிறேன். ஒன்றிரண்டு முறை போனில் பேசியிருக்கும்போதும் அடுத்த பிறப்பில் கேரளாவில் பிறக்க என்ன செய்ய வேண்டும் என்று கேட்டுப் பேசிய மூன்று நிமிடப் பேச்சுத்தான் சற்று நீளமானது. என் கவிதைகள் குறித்து அழகு நிலா எழுதிய பெரிய கட்டுரை ஒன்று 'ஜெ'வின் தளத்தில் வெளியானது. மிகச்சரியாக அது என் சிங்கப்பூர் பயணத்தின்போது வெளியானது. அது அந்தப் பயணத்தை மேலும் பொருளுடையதாக்கியது. அதில், ஒரு சின்னத் திட்டம் இருந்தது. இப்படி திட்டமிட்டு அன்பு செய்யுமளவு நான் அவருக்கு நெருங்கிய நண்பரில்லை. அவ்வளவு

இசை

செய்ய அவருக்கு அவசியமும் இல்லை. ஆனாலும் அப்படிச் செய்தார். எல்லாவற்றிற்கும் நன்றி!

எனக்குப் பிரியமான சிலரை 'ஜெ' வெஞ்சொல்லால் வசை பாடியபோது கோபம் வந்ததுண்டு. அந்தக் கோபம் அப்படியேதான் உள்ளது. அவர்மீதான மதிப்பு, பிரமிப்பு, அன்பு... அவையும் அப்படியேதான் உள்ளன.

நம் தமிழ்ச் சமூகத்தில் நகை புறக்கணிக்கப்பட்ட வடிவமாகத்தான் இருந்துவந்துள்ளது. ஒருவேளை பேச்சில் இருந்திருக்கலாம். ஆனால், ஏட்டில் ஏறவில்லை. ஏட்டில் ஏற ஒரு தகுதி வேண்டாமா என்ன? இரண்டாயிரம் வருடத்திய நமது கவி மரபில் 12ஆம் நூற்றாண்டு வாக்கில் சிற்றிலக்கியங் களும் தனிப்பாடல்களும் தோன்றிய பிறகுதான் நகை காணக் கிடைக்கிறது. இன்றளவும் நகை என்பது தீவிரத்திற்கு எதிரானது என்பதுதான் பெரும்பான்மை எண்ணம். இந்தப் பின்னணியில், 'ஜெ'வின் நகைச்சுவை எழுத்து முக்கியத்துவம் பெறுகிறது.

புனைவு, விமர்சனம், தத்துவம், ஆன்மீகம், சினிமா என்று பரந்துபட்ட தளங்களில், தீவிரமாக இயங்கும் ஓர் ஆளுமை நகைச்சுவையையும் விடாது எழுதியிருப்பது மகிழ்ச்சிக்குரிய விஷயம். அது அவருக்கு விருப்பமான ஒன்றாகத் தொடர்ந்து வருகிறது. 'ஜெ' எழுதிய நகைச்சுவைக் கட்டுரைகள் மட்டும் தனியே தொகுக்கப்பட்டு, 'அபிப்ராய சிந்தாமணி' என்கிற பெயரில், வழக்கம்போல் பெரிய நூலாக, சுமார் 800 பக்க அளவில் வெளியாகியுள்ளது.

நகைச்சுவை என்பதும் ஓர் அறிவுதான். வேறு எந்த அறிவுக்கும் சளைக்காத அறிவு. எஸ்.வி. சேகர் சொல்வ தெல்லாம் நகைச்சுவையல்ல என்பது தெரிந்திருக்க, நகைச்சுவை அறிவு அவசியம். இந்த அறிவோடுதான் 'அபிப்ராய சிந்தாமணி' கமலஹாசனுக்குச் சமர்ப்பிக்கப்பட்டிருக்கிறது. கமல் குறித்து 'ஜெ' சொல்கிறார்:

"கமலஹாசனின் நகைச்சுவைப் படங்களில் அவர் அவருக்காகவே துணிந்து நகைச்சுவையை நுட்பமாகவும் விரைவாகவும் அமைத்திருக்கிறார். அவற்றில், பெரும்பாலான படங்கள் திரையரங்கில் தோல்வியடைந்தன. 'கிளாசிக்' என்று சொல்லத்தக்க 'மைக்கேல் மதன காமராஜ'னில்க்கூடத் திரையரங்கில் ஆள்கள் பிரமை பிடித்தவர்களாக அமர்ந்திருந் தார்கள். பலமுறை பார்க்கப்பட்டபின் மெல்ல அவை தொலைக்காட்சியில் வெற்றியடைந்தன." இன்னும் நிலைமை அப்படியொன்றும் பெரிதாக மாறிவிடவில்லை. பாபநாசம்

படத்தில், "எம் பேர் சொயம்புலிங்கம்டி ஞாபகமிருக்கட்டும்..." என்று கமல் கௌதமியிடம் சவால் விடும் காட்சிக்கு நான் மட்டும்தான் விழுந்து விழுந்து சிரித்தேன். விழுந்தபோது கொஞ்சம் தவறி முன்சீட்டுக்காரரின் தலைமீது விழுந்து விட்டேன். அவர் ஆவேசமாகத் திரும்பி கொன்று விடுவது போல் ஒரு முறைமுறைத்தார்.

கேலி என்பது நம், 'வீங்கிய அகந்தை'க்கு எதிரானது என்கிறார் ஜெ. "நம்முடைய ஆதர்சங்கள் ஒரு சிறு கிண்டலி லேயே தகர்ந்துவிடுபவர்கள் என நாம் நம்புகிறோமா? நாம் ஆதர்சங்களாக எண்ணுவனவற்றைப் பிற அனைவருமே அதேபோல ஆதர்சங்களாக எண்ண வேண்டும் என எண்ணு கிறோமா? நம்மை விமர்சிக்க மண்ணில் எவருக்குமே உரிமை இல்லை என்று நம்புகிறோமா? அப்படியானால், எத்தனை மோசமான ஃபாசிஸ்டுகளாக நாம் ஆகிக்கொண்டிருக்கிறோம். ஒரு சமூகம் ஃபாசிசம் நோக்கி நகர்வதற்கான முதல் அடையாளமே அது நகைச்சுவையை அஞ்சும் என்பதுதான்."

நித்ய சைதன்ய யதி குறித்த ஓர் உரையில், தான் நித்யாவை அடைந்த கதையை சொல்கிறார் ஜெ. பெரும் அலைச்சலுக்கும் தேடலுக்கும் பிறகு நித்யாவைக் காண்கிறார். பார்த்த மாத்திரத்தில் இவர்தான் நம் குரு என்பதை அறிந்து கொள்கிறார். அதற்கான முக்கியக் காரணம் சிரிப்பு. ஒரு நகைச்சுவையோடுதான் இவர் யதியைப் பார்க்கிறார். சிரிப்பு இல்லாத இடத்தில் தன்னால் இருக்க முடியாது என்று சொல்பவர், பெரும் தத்துவ விவாதங்கள் எதுவும் சிரிப்பின்றி நிகழ முடியாது என்றும் சொல்கிறார். ஆன்மீகம், தத்துவம் என ஆழமானவை என்று போற்றப்படும் எதுவும் நகைக்கு விரோதமானவை அல்ல. சிக்மண்ட் ப்ராய்டு குறித்த ஓர் உரையாடலில் நித்யா சொல்கிறார்: "For example take a common man...", பின்னால் நிற்கும் தியாகிசாமி சொல்கிறார்... "இவட உண்டு குரு..."

நல்ல கேலி என்பது கேலி செய்யப்படுபவரும் சேர்ந்து கொண்டாடுவது. ஷாஜியும் யுவனும் கீழ்வரும் கேலிகளை ரசித்திருப்பார்கள் என்றே நம்புகிறேன்.

"இசை விமர்சகர் 'ஒன்று வாத்தியார் தலையிலே, இல்லாட்டி வகுப்புக்கு வெளியிலே' என்ற நிலைப்பாடுகள் கொண்டவர். "ஏ" – நல்ல பாடகி. ஆகவே அவர் ஒரு இதிகாசம். "பி"க்கு சுருதி இல்லை. ஆகவே, அவரைக் குழி வெட்டி மூடி அதன்மீது தப்பான நினைவுக்கல்லையும் நாட்ட வேண்டும்."

“வட இந்திய ஃபட்படிகளைப் போன்ற கதைகளைப் பிற்பாடு எழுத ஆரம்பித்தான். பைக்குக்குப் பின்னால் எட்டுபேர் கொள்ளும் பெட்டியில் இருக்கும் நீளமான பெஞ்சில் ஐந்தைந்து பேராக அமரச்செய்த பின் அமர்ந்தவர்கள்மேல் ஆள் ஏற்ற ஆரம்பிப்பார்கள். ஒருமுறை என்னை ஒரு தீதியின் வளப்பமான மடியில் அமரச்செய்து என் மடியில் கடுகெண்ணெயைத் தலையில் பூசிய ஒரு கல்லூரி மாணவியை அமரச்செய்து அவள் கையில் ஒரு குழந்தையைக் கொடுத்து விட்டார்கள். கடைசியில் ஏற முடியாமல் தவிப்பவர்களைக் கதவால் அடித்து உள்ளே செருகி, “ரைட் ரைட் சலோ.” அதன்பின் யாரும் எதுவும் செய்ய முடியாது. யுவன் கதையில், கதையில், கதையில், கதை உட்கார்ந்து, கதையைக் கையில் வைத்திருக்கும்.”

மேற்கண்டதில், ‘நினைவுக்கல்லிற்கு’கூட வீறாப்பாகச் சிரிக்காமல் இருந்துவிடலாம். ஆனால், அந்த தப்பான நினைவுக்கல்லிற்கு... யுவன் குறித்த கேலியையும் நாள் முழுக்க எண்ணி எண்ணி இன்புறலாம்.

‘காலை நடையில்’ என்றொரு கட்டுரை. அதுவும் எண்ணி எண்ணி இன்புறத்தக்க வகையறாவில் வருவதுதான்.

“சாத்தானை நான் எளிதில் அடையாளம் கண்டு கொள்வேன். அவர் ஒரு நாஞ்சில்நாட்டு சைவ வேளாளர். என்னிடம், “உளுந்துவடை நல்லதாக்கும். உளுந்துண்ணா ஆண்மையில்லா?” என்றார். அவரே இன்னொருநாள் “பருப்புவடை புரோட்டினாக்கும் பாத்துக்கிடுங்க” என்றார். உளுந்துவடையில் வைட்டமின் பி, பருப்புவடையில் புரதம், சுகியனில் வைட்டமின் ஏ, பழம்பொரியில் பழச்சத்து, வெங்காயவடையில் நார்ச்சத்து எனச் சரிவிகித உணவில் நம்பிக்கை கொண்டவர்.”

“உண்மையில், ‘காலைநடை’ இந்த டீக்கடையிலிருந்து ஆரம்பமாகிறது. ஆனால், பலபேருக்கு இங்கேயே அது முடிந்தும் விடுகிறது. டிராக்சூட், டி ஷர்ட், கேன்வாஸ், ஷூ போட்டுத் தொப்பையுடன் கம்பீரமாகக் கிளம்பும் முன்னாள் வனத்துறை அதிகாரியான மாணிக்கம் நான் திரும்பி வந்து எழுதி, வாசித்து, டிபன் சாப்பிட்டுவிட்டு, ஓய்வாக கடைச்சாமான் வாங்குவதற்காகச் செல்லும்போதும் டீக்கடையிலேயே அமர்ந்து “அஹ் அஹ் அஹ்...” எனச் சிரித்துக்கொண்டிருப்பார். “ஒரு முக்கியமான காரியமாக்கும் சார் சொல்லுகது... அந்தால உக்காந்தாச்சு.” பெரும்பாலும்

அவர் முக்கியமான காரியங்களைத்தான் சொல்கிறார். ஏனென்றால் அவர் சாத்தான்."

சாப்ளினைக் குறித்த அவதானிப்பும் மிக முக்கியமானது.

"சாப்ளின் இல்லாத மனிதர்களே இல்லை. அத்தனை பேரிலும் மூடிகளைத் தூக்கி சாப்ளின் பொங்கிக் கசிந்து கொண்டே இருக்கிறார். இப்போது சாப்ளின் படங்களைப் பார்ப்பதில்லை. அவை, சாப்ளினை ஒரு தனிமனிதராக மாற்றிவிடுகின்றன."

ஆம்... சாப்ளின் ஒரு தனி மனிதரில்லை. சாப்ளின் ஒரு தருணம். நீங்களோ, நானோ எப்போது வேண்டுமானாலும் சாப்ளினாகலாம். சிலருக்குத் தான்மட்டும் ஜேம்ஸ்பாண்ட். ஊரெல்லாம் சாப்ளின். இது குரூரமேயொழிய நகையில் சேராது.

'Stand-up comedy'யில் அலெக்ஸாண்டர் பாபு ஒரு மினி நட்சத்திரமாக மின்னிக்கொண்டிருக்கும் 2021இல்தான் எனக்கு அவரைத் தெரியும். அதாவது jio – 2GB/ day புண்ணியத்தில். 2017 இலிலேயே அவரைப் பற்றிய அழகிய குறிப்பொன்றை 'ஜெ'வின் தளத்தில் காண நேர்கையில் கொஞ்சம், வியப்பாகத்தான் இருந்தது.

கேலி எந்த அளவு சுவாரஸ்யமானதோ அதே அளவு ஆபத்தானதும்கூட. கவனமாகக் கையாள வேண்டியது அது. குறைந்துவிட்டதென்றால் சிரிக்க மாட்டார்கள். மிகுந்துவிட்டதென்றால் மிதிக்க வருவார்கள். எல்லாக் கலை வடிவங்களுக்கும் அதற்கேயான வரையறையும் அமைதியும் உண்டு. நகைக்கும் இது பொருந்தும். நகைச்சுவைக்கு, நகைச்சுவை என்று 'லேபிள்' ஒட்ட வேண்டியிருப்பதன் அவசியம் அதன் அபாயத்தைத் தெளிவாக உணர்த்துகிறது.

'நாட்டியப் பேர்வழி' என்றொரு கட்டுரை. பத்மினியைப் பற்றியது. பல இடங்களில் வெடிச்சிரிப்பிற்கு வாய்ப்புள்ள கட்டுரை. ஆனால், இதில் கேலி கூடிக்கூடி வந்து ஒரு கட்டத்தில் திகட்டிவிட்டது. மெல்லிய எரிச்சல்கூட வந்தது. "புழுவாய்த் துடிப்பதே நடிப்பு என்பது அவர் நம்பிக்கை. புருவங்கள் சின்னப் புழுக்கள்" என்கிற வரிக்கு வந்த சிரிப்பு, "நடையழகுக்கு அவர்கள் பின்னழகை நம்புவதில்லை, அவர்களுக்கு அப்படி ஒன்று இல்லை" என்கிற வரிக்கு ஏனோ வரவில்லை. ஒருவேளை நான் ஒரு ஃபெமினிஸ்டோ என்னவோ? உருவக் கேலியும் நகைச்சுவையின் ஒரு கூறுதான். ஆனால், அதன் எல்லை அவ்வளவு தெளிவாக இல்லை.

கலைஞன் என்பவன் அலைக்கழிப்புகளுக்கும் தடுமாற்றங் களுக்கும் ஆளாகுபவன் என்றும், அவனால் ஏதோ ஒரு சித்தாந்தத்தை வெறித்தனமாகப் பற்றிக்கொண்டிருக்க இயலாது என்றும் 'ஜெ' தொடர்ந்து சொல்லிவருகிறார். அவர் ஓர் 'இந்துத்துவர்' என்பது நாடறிந்த செய்தி. ஆனால், சில இந்து அமைப்புகள் அவரை மிரட்டியுள்ளன. நான் வாக்களிக்கும் போதெல்லாம் இடதுசாரிகளுக்குத்தான் வாக்களித்திருக்கிறேன் என்று அவர் எங்கோ எழுதி வாசித்ததாக ஞாபகம். ஆனால், இடதுசாரிகள் ஒரே ஒரு ஓட்டு வித்தியாசத்தில் ஜெயிப்பதாக இருந்தாலும், அவர் ஓட்டு வேண்டாம் என்கிறார்கள். அவரும் திருமாவும் நண்பர்கள் என்பது நமக்குத் தெரியும். ஆனாலும் பாதி சிறுத்தைகளுக்கு அவர் பெயரைக் கேட்ட மாத்திரத்தில் 'சிறுத்தை' என்பது ஒரு உருவகம் என்பது மறந்து போய்விடுகிறது. "எங்க ஆசானுக்குத் தில்லப் பாத்தியா, மகாபாரதம் எழுதி முடிச்சுட்டு அஜ்மீர் யாத்திரை போய்ட்டு வர்றாரு..." என்று 'ச'வில் தொடங்கி 'ண்'இல் முடியும் விஷ்ணுபுரம் நண்பர் ஒருவர் அண்மையில் பெருமைபடக் கூறினார். ஜெயமோகனைப் பிடிக்கவே பிடிக்காது என்று சொல்பவர்கள், "எனக்கு உங்களை அறவே பிடிக்காது. ஆனால், ரொம்பப் பிடிக்கும்" என்று தனிமடல் வரைவதாக அறிய நேர்கையில், பிடிக்காத ஒன்று பிடிக்காமலேயே போய்விடுவது ஒரு வரம் என்பது நமக்கு விளங்கிவிடுகிறது.

அமுதே! நஞ்சே! ஆயிரம் நமஸ்காரங்கள்!

இந்துத்துவரே! விடுதலைச் சிறுத்தையே! வாழிய பல்லாண்டு!

சியமந்தகம் ஜெயமோகன் 60 சிறப்பு மலர்

கவிதை

ஒரு கவிதையின் கதை

அது பெருந்தொற்றுக் காலம். அப்பன் சாவுக்கு மகன் போகாத காலம். அன்னைக்கும் பிள்ளைக்கும் இரண்டடி இடைவெளி இருந்த காலம். உடைகள் ஒன்றுடன் ஒன்று கலந்துவிட்டதற்காக ஓருடல் ஈருயிர்கள் சண்டை செய்து கொண்ட காலம். கடவுள்கள் தங்கள் கதவுகளை இழுத்துச் சாத்திக்கொண்ட காலம்.

உலகம் வீட்டுக்குள் சுருங்கிக் கிடந்த காலத்தில் நான் வெளியேதான் சுற்றிக்கொண்டிருந்தேன். வழக்கத்தைவிட அதிகமாகச் சுற்ற வேண்டியிருந்தது. எனது பணி அரசு மருத்துவமனையில் மருந்தாளுநர். தினமும் நோயாளிகளைத் தொட்டுச் சந்திக்க வேண்டிய பணி. புறநோயாளிகளில் மறுநாள் கோவிட் நோயாளியாக ஆகப்போகும் பலரும் இருப்பர். இரட்டை மாஸ்க் போட்டுக் கொள்ளச் சொல்லி வல்லுநர்கள் அறிவுறுத்திக் கொண்டிருந்தார்கள். நோய்க்கிருமி எல்லாப் பாதுகாப்பு ஏற்பாடுகளையும் தாண்டி உயிர்களை உண்டுகொண்டிருந்தது. பொதுமக்கள் நோயாளிகளைப் பார்க்கும் அதே பீதியோடுதான் மருத்துவர்களையும், மருத்துவமனை ஊழியர்களையும் பார்ப்பார்கள். ஏனெனில், நாங்கள் நோய்ப் பரப்பின் அபாயத்தில் உள்ள ஆள்கள். நான் வீதியில் போகையில் முட்கள் முட்டிகொண்டு நிற்கும் தலையோடு கொரோனோ நடந்து போவது போலத்தான் பார்ப்பார்கள்.

மனிதர்கள் அவ்வளவு பெரிய தனிமையை அப்போதுதான் முதன்முதலாகச் சந்திக்கிறார்கள். பலராலும் அதை சமாளிக்கவே முடியவில்லை. மனச்சிதைவுக்கு அருகில் சென்றவர்கள் பலர். வாழ்வென்றால் அது களியாட்டம் என்று எண்ணியிருந்தவர்கள் வாடிவதங்கி அழிந்தார்கள். எழுத்தாளன் என்கிற நிலையில் எனக்குத் தனிமை ஒரு சிக்கல்அல்ல எனும்போதும், அது நான் எடுத்துக்கொள்ளும் தனிமை. தொற்றுக் காலத்துத் தனிமையோ திணிக்கப்பட்டது. என்னாலும் அதைத் தாளத்தான் முடியவில்லை. நண்பர்களாலான நான் கூடிக்களித்தலின் உற்சாகம் மறுக்கப்பட்டுக் கடும் சோர்வில் இருந்தேன். கூடவே ஒவ்வொரு நொடியையும் கவனத்தோடே கடக்க வேண்டிய எரிச்சலும், கொஞ்சம் மரண பயமும் இருந்தது.

அந்தப் பைத்தியக் காலத்தில் ஒருநாள் மிஷ்கின் அழைத்து, “நான் மசினக்குடி போகிறேன், அவிநாசி வழியாக, நீ அங்கு வந்துடு நாம சந்திக்கலாம்” என்றான். வீதிகள் வெறிச்சோடிக் கிடந்தன. வாகனத்தின் முகப்பில் ஒட்டியிருந்த. ‘மருத்துவத் துறை’ என்கிற ஸ்டிக்கர் செக்போஸ்ட்களைச் சிரமமின்றிக் கடக்க உதவியது. இவ்வளவு ஆபத்தான காலத்தில் சந்திப்பது குறித்த அச்சமும் குற்றவுணர்வும் வழிநெடுக வந்தன.

அவிநாசியில் ஒரு ஏ.டி.எம் முன்னால் மிஷ்கினின் கார் நின்றுகொண்டிருந்தது. கதவைத் தட்டினேன். அவன் எப்போதும்போல அதே மிஷ்கினாகவே இருந்தான். வெளியே இறங்க வந்தவனை உள்ளேயே உட்கார்ந்துகொள்ளலாம் என்று தடுத்தேன். அதற்குள் அவன் வெளியே வந்துவிட்டான். அமர்ந்து கொஞ்சநேரம் பேச ஒரு இடமும் இல்லை. சாக்கடை மேட்டில் இருந்த ஒருபெட்டிக்கடை பாதி திறந்திருந்தது. வயதானவர் ஒருவர் டீ வைத்து விற்றுக்கொண்டிருந்தார். கீழே சாக்கடைநீர் சுழித்தோட அதன் மேலே போடப்பட்டிருந்த திண்டைக் காட்டி “இங்கயே உட்காருவோம்” என்றான். கண்ணாடியைக் கழற்றிவிட்டால் அவனை யாருக்கும் தெரியாது. அந்த நாட்களில் கண்ணாடி போட்டிருந்தாலும் அவனைக் கண்டுபிடிக்க மனிதர்கள் இல்லையே? அன்று மிஷ்கினின் தம்பிதான் பொறுப்புள்ள குடிமகன்போல நடந்து கொண்டான். அவன் அரசின் வழிகாட்டு நெறிமுறைகளின்படி கொஞ்சம் சானிடைசரை உள்ளங்கையில் ஊற்றி அதை கை முழுக்கப் பூசிக்கொண்டிருந்தான். “டேய் சாமி... செத்தா சாகலாம் கீழ இறங்கி வாடா...” என்று அதட்டினான் மிஷ்கின். மேற்சொன்ன அழைப்பிற்கிடையே இரண்டு, “பீப்” சத்தங்கள் இருந்தன என்பதைத் தனியே சொல்ல வேண்டியதில்லை. வேறு வழியின்றிச் சாமியும் கீழே இறங்கி வந்தான்.

எங்கள் உரையாடல்களுக்கு மத்தியில் பக்கத்துச் சந்தின் வழியே இரண்டு ஆம்புலன்ஸ்கள் கடந்துபோவதைக் கவனித்தேன். சந்திப்பு முடிந்து பிரியும்வேளையில் முத்தமிட்டுக்கொள்ளும் வழக்கம் உண்டு எங்களுக்குள். ஆனால், சமூக இடைவெளியின் அவசியம்குறித்து அரசாங்கம் ஓயாமல் அறிவுறுத்திக்கொண்டிருந்த அந்த நாட்களில் அதற்கு வாய்ப்பில்லை அல்லவா? மேலும், நான் ஒரு கொரோனோ தொற்று வேறு. மூடன்தானே உயிரைக் குடுத்து முத்தத்தை வாங்குவான்? ஆகவே நான் கை கூடக் குடுக்காமல் காரிலிருந்து சற்று விலகி நின்றேன். மிஷ்கின் இந்த உலகிற்கு ஒன்றுமே ஆகவில்லை என்பதுபோல, வழக்கம்போல் வாரியணைத்து முத்தமிட்டான். என்னுள்ளே ஏதோ ஒன்று அவ்வளவு இனிதாக நடுங்கியது.

வைத்துக் கொண்டாடும்படி என் வாழ்வில் விஷேசங்கள் ஏதுமில்லை. அவனுக்கோ ஒரு பொன்னுலகம் மிச்சமிருந்தது. அடுத்த வாரத்தில், நானும் மசினக்குடி போனேன். எச்சில் கைகளால் உணவைப் பரிமாறிக்கொண்டோம். ஒரே குவளையை மாற்றிமாற்றி அருந்தினோம். முழுமுட்டாள்களைப்போல் நடந்துகொண்டோம்.

என் பிரார்த்தனைகளுக்குத் தெய்வங்கள் பெரிதாகச் செவி சாய்த்ததில்லை. ஆயினும், அந்த வாரம் முழுக்க நான்அவனுக்காகப் பிரார்த்தித்துக்கொண்டிருந்தேன். ஏனெனில், அப்போது அவன் தடுப்பூசி எதுவும் எடுத்துக் கொண்டிருக்கவில்லை. தடுப்பூசியாலும் மரணங்களை முழுமையாகத் தடுக்க இயலவில்லை என்பது தனிக்கதை.

மேதைமையை அறிவும் பயிற்சியும் கொண்டு உருவாக்கி விடமுடியும். ஆனால் ‘முட்டாள்தனம்’ என்பது உள்ளே பூப்பதால் வந்துஅமையும் பேறு. என் பிரார்த்தனையெல்லாம் என்மீது பழிவந்து சேர்ந்துவிடக்கூடாதே என்பதற்காக அன்று. இந்த உலகில் முட்டாள்தனத்தின் அழகுகள் நீடூழி வாழ வேண்டும் என்பதற்காகத்தான்.

மிஷ்கின்! மிச்சநாளெல்லாம் நீ உன் ‘முட்டாள்தனத்துள்’ இனித்துக்கிட!

வாடா!

நெடுநாட்களுக்குப் பிறகான சந்திப்பில்
ஓருவரை நோக்கி ஓருவர்
கிட்டத்தட்ட ஓடிவருகிறோம்

வீதிக்கு வீதி
விழுகின்றன பிணங்கள்

ஆம்புலன்ஸின் நாச ஊளை
நின்றபாடில்லை

மகன் தன்தகப்பனின் உடலைக் காண
மறுத்துவிடுகிறான்

கவச உடை அணிந்த எவனோ ஒருவன்
தன் பிள்ளையின் பிணக்கட்டை
குழிக்குள் தள்ளிவிடுவதை
டி.வியில் பார்க்கிறாள்
ஒரு தாய்

நமது காவியங்களின் கிரீடத்தில்
பொத்தல்கள் விழுந்துவிட்டன

தொற்றுக்கு எதிராக
கடுமையாகப் போராடுகிறது அரசு
மக்களின் நலம் வேண்டி
ஓயாமல் உபதேசிக்கிறது

இப்போது
உனக்கும் எனக்கும் இடையே உள்ளது
ஒரு கண்டிப்பான விதி
அது நம் சட்டைக் காலரைப் பிடித்து
பின்னோக்கி இழுக்கிறது

இரண்டடி இடைவெளியில்
நின்று தயங்குகின்றன நம் கால்கள்

வாடா!

முத்தமிடாவிட்டாலும்
செத்துத்தான் போவோம்!

நோக்க நோக்கக் களியாட்டம்
(மதாரின். 'மாயப்பாறை')

காட்சி அதிசயம்

> விரலை
> ஒரு வளையம் போலாக்கி
> உலகை
> அதற்குள் பார்க்கிறேன்
> என் உடற்பாகம் கொண்டு
> செய்த சன்னல்
> காணும் யாவும்
> ரகசியங்கள்
> இதுநாள்வரை
> கையிலேயே
> வைத்துக்கொண்டு
> தேடியிருக்கிறேனே
> கண்ணை.

மதாரின் இரண்டாவது கவிதைத் தொகுப்பான 'மாயப்பாறை' அழிசி பதிப்பக வெளியீடாகச் சமீபத்தில் வெளியாகியுள்ளது. மேற்காணும் கவிதையைக் கொண்டு அவரின் கவிதை உலகைத் தாராளமாகத் தொகுத்துக் கொள்ளலாம் என்று தோன்றுகிறது.

கண்தான் இவரது கவிதைகளின் பிரதானக் காரணியாக உள்ளது. உடல் விழித்துப் பார்க்கும் போது சில கவிதைகள் தோன்றுகின்றன. மனம் விழித்துப் பார்க்கும்போது சில கவிதைகள் தோன்று கின்றன. மதாரின் கவிதைகளைக் கண் விழித்துப் பார்ப்பவை என்று சொல்லலாம். நாம் எப்போதும் பார்த்துக்கொண்டேதான் இருக்கிறோம். ஆனால்,

விழித்து பார்க்கிறோமா என்பது பெரிய சந்தேகம். மதாரால் விழித்துப் பார்க்க முடிகிறது. அங்கிருந்து அவரது கவிதைகள் எழுந்து வருகின்றன. காணக்கிடைக்காத காட்சிகள் கண்ணில் படுகின்றன. வெளியே புலப்படும் காட்சிக்கு உள்ளே நிகழும் இன்னொரு காட்சியும் கண்ணில் விழுந்து விடுகிறது.

இவர் கவிதைகளில் இரத்தமும் கண்ணீரும் மிகக் குறைவு. மழை வெள்ளத்தால் பாதிக்கப்பட்டு, வீடிழந்து, பிச்சைக்காரன்போல நிவாரண உதவி பெற நீண்ட வரிசையில் நிற்கும் கவிதையில்கூட கண்ணீரைக் காட்டிலும் வேறொன்றே உள்ளது.

> வாழ்வு வானில் நகரும் நிலவின் பாதையென்று
> நான் வாழ்ந்த விதமோ
> முடுக்குகளில் நிலவைத் திருப்பிய சிறுவனை ஒத்து

என்று ஒருவரி காணக்கிடைக்கிறது. அதையும் அந்தச் சிறுவன் நமது பால்யத்திற்கு ஓட்டிப் போய்விடுகிறான். ஆகவே அதிலும் தவிர்க்க இயலாமல் குதூகலம் வந்து ஒட்டிக்கொள்கிறது. 'சஜ்தாவில் ஒரு குழந்தை' கவிதையில் வருகிற குழந்தைக்கு கண்ணீரை நடிக்கத் தெரிவதில்லை. மேலும், அது கண்ணீரை மட்டுப்படுத்தியும் விடுகிறது.

அமங்கலம், முகத்தில் வந்து மோதும் பாறை. மங்கலத்தைக் காணத்தான் நாம் நமது 'குருட்டிலிருந்து' வெளியே தாவிக் குதிக்க வேண்டியுள்ளது. பாவம், எவ்வளவு குருடுகள் மனிதனின் கண்களை மறைத்துக் கிடக்கின்றன.

> மழையில்
> ஒரு தீக்குச்சி
> நடக்கிறது
> ஜெகஜ் ஜோதியாய்
> ஜெகஜ்ஜோதியாய்
> நடக்க
> ஒளிரவேண்டும்
> என்ற
> எந்த
> அவசியமுமில்லை

ஆயிரம் ஆண்டுகளாய் அமங்கலம் என்றிருந்த ஒன்றைப் போகிற போக்கில், 'ஜெயம்' என்றாக்கிவிடுகிறது இந்தச் சின்னஞ்சிறு கவிதை.

ஒரு நாள், பின்மதியப் பொழுதொன்றில், நல்ல உறக்கத்திற்குப் பின் தோட்டத்துப் பாதையில் சென்று கொண்டிருந்தேன். செம்மண் புழுதியில் ஒரு 'மினி 7 UP'

கிடந்த கோலத்தில் மயங்கி அங்கேயே நின்றுவிட்டேன். எனக்கு செம்மண்ணையும், மினி 7 UP–யும் எத்தனையெத்தனையோ ஆண்டுகளாகத் தெரியும். ஆனால், பச்சையின் மீது கொஞ்சம் மண் நிறம் விழுந்தால் அங்கு அவ்வளவு அழகு நிறைந்துவிடும் என்பதை அன்றுதான் அறிந்தேன். அந்தியின் முதல் கிரணம் தொடங்கியிருந்த பொழுதில் அன்று நான் கண்டது உடலுக்கு ஊறு விளைவிக்கும் ஒரு ரசாயனப் பானத்தை அல்ல; ஒரு பச்சைப்பசும் தாவரத்தை. நான் அதை ஒரு கவிதையாக்க முயன்று தோற்றதாக நினைவு.

ஒளிராத கரிக்குச்சிகளே, குப்பை மேட்டில் கிடக்கும் பாட்டில்களே எங்களைக் கைவிடாதிருங்கள்! எங்கள் தெய்வங்களுக்குச் கொஞ்சம் செவித்திறன் குறைவு. நீர் எமது பிரார்த்தனைக்குச் செவி சாய்த்து எம்மை வழி நடத்தும்!

பேச்சுவழக்கின் அழகுகள் துலங்கிவரும் தொகுப்பென்றும் இதைச் சொல்லாம். இக்கட்டுரையின் தொடக்கத்தில் கொடுக்கப்பட்டுள்ள கவிதையில் அதைக் காணலாம். “ஜெகஜ்ஜோதி” என்பதுகூட ஒரு பேச்சுவழக்குத்தான். கவி ஒரு சந்யாசி அன்று. அவன் வாழ்விடம் மலையுச்சியும் அன்று. பேச்சுவழக்கு என்பது ஜனத்திரள் உருவாக்கி அளிப்பது. கவி அதன் சத்தான ஒரு பகுதி. ஆனால், இவ்வழகு தமிழ்க் கவிதைக்குப் புதிதல்ல. நமது நெடிய மரபில் வந்துகொண்டே யிருக்கும் ஒன்றுதான். ஔவையாரின் சில தனிப்பாடல்கள் இந்தப் பேச்சு வழக்கால் கூடுதலாகப் பொலிவதைக் கண்டிருக்கிறேன்.

குழந்தையின் கண்கொண்டு விந்தைகளைக் கண்டு இன்புறுதல் என்பது மதார் கவிதைகளின் இன்னொரு குறிப்பிடத்தக்க அம்சம். ஒரு கவிதையில் சின்னக் குளியலறையில் சோம்பிக் கிடக்கும் துண்டைக் கொண்டுவந்து குத்தாலத்து வெட்டவெளிப் பாறையின் மீது போட்டுவிடுகிறார். அது அவ்வளவு பெரிய அருவியின் தரிசனம் தாளாது பரவசத்தில் தளும்புகிறது. “இறுதிப் போரில் கலந்துகொள்ளும் வீரனின் முகக்களையோடு”அருவியறைக் கதவைத் திறந்துகொண்டு வெளிவரும் தன் எஜமானனுக்குத் துவட்டிவிட, துடி நிலையில் காத்திருக்கிறது அது.

ஒரு மரம் நிற்கிறது. அதை ஒரு பேருந்து கடந்து செல்கிறது. இந்த இரண்டிற்குமிடையே மதார் ஒரு ரப்பரை வைத்து இந்தக் காட்சியை ஓவியமாக்கிவிடுகிறார்.

ஒரு மரம் நிற்கிறது
அதைக் கடந்து

ஒரு பேருந்து செல்கிறது
அழிரப்பரைப் போல்
மரம் அழியவே இல்லை
ரூவிலர்கள்
சென்று பார்க்கின்றன
மரம் நிற்கிறது
அதே இடத்தில்...

'மூக்குக்கண்ணாடி அணியாமல்' என்கிற கவிதை இத்தொகுப்பில் முக்கியமான ஒன்று. நூறு நூறு விழிகளால் உலகைக் கண்டு வியந்த குழந்தை, பார்க்கமாட்டேன் என்று முகத்தைத் திருப்பிக்கொள்வதாலேயே தனித்துவம் பெற்று விடுகிறது இக்கவிதை. சில விசயங்கள் கண்ணில்படாமல் இருப்பது நல்லதல்லவா? துல்லியத்திற்கு எதிராக மங்கலை முன்வைக்கிறது இக்கவிதை. அவ்வளவு துல்லியமாக அனைத்தையும் கண்டு ரசிக்கும்படியாக இல்லை இவ்வாழ்வு. "அந்த பைனாக்குலர் இனி எனக்கு வேண்டாம்" என்று மதார் சொல்கையில் நமக்குத் துக்கமாக ஆகிவிடுகிறது.

மனைவிக்கு எழுதப்பட்ட காதல் கவிதைகள் சில உள்ளன. மனைவிக்கும் காதல் கவிதைகள் எழுத முடியும் என்பது நிச்சயம் ஒரு புதிய செய்திதான்.

உன்னைத் திருமணம் செய்து
கூட்டிப் போவது
தாயின் கருவறையிலிருந்து
வெளிவந்த உன்னை
தோளில் தூக்கிப்போட்டு
போவது போலத்தான்.
நீ அழுது தூங்கி
விழிக்கும்போது
நான் உனக்குத் தாயாகியிருப்பேன்.
தந்தையுமாகியிருப்பேன்
தொட்டிலில் உன்னைப் போட்டு ஆட்டுவேன்
பிறந்த வீட்டுக்கும் புகுந்த வீட்டுக்கும்

"யாரும் பார்க்காத இந்த அதிசயத்தைப் பார்த்துவிட்ட நான்..." என்கிறது ஒரு வரி. சில கவிதைகளில் கவி காட்டுவது அதிசயம்தானா என்பதில் எனக்குச் சந்தேகம் உள்ளது. சில அதிசயங்கள் தனியே அதிசயங்களாகத்தான் தெரிகின்றன. ஆனால், நல்ல கவிதைக்குத் தேவைப்படும் ஏதோ ஒரு பற்றாக்குறையுடன். விந்தையில் ஆனந்தப்பட்டு பழக்கமான மனம், விந்தை ஏதும் நிகழாதபோது அதை உருவாக்கவும் முயன்றுள்ளது. சில கவிதைகள் 'சிவாஜி கணேசன்' ஆகிவிடு வதற்கான ஆபத்திற்கு அருகில் உள்ளன.

சில கவிதைகளில் நமது முன்னோர்களின் காலடித் தடங்களைக் காணமுடிகிறது. ஆனால், இதை ஒரு குறை என்று சொல்ல முடியாது. உன் ரேகையும் அதனுடன் சேர்ந்துள்ளதா என்பதே கேள்வி? மதார் தன் ரேகையை அழுத்தமாகவே இதில் சேர்த்துள்ளார்

தொகுப்பில் எனக்கு மிகவும் பிடித்த, என்னைப் பொறாமை கொள்ளச்செய்த கவிதையென்றால் அது, 'ஓசைமட்டும் கேட்டால்' என்கிற கவிதைதான்.

ஓசை மட்டும் கேட்டால்

அதிகாலைக் குயிலின் குரலைக்
துடைப்பம் பெருக்குகிறது
கடவுள் பாடலுடன் வந்து
பால் பாக்கெட் வீசுகிறார்
காகமும் வாசல் தெளிக்கிறது
தூரத்து ஹாரன் ஒலி
பறவையின் குரலாகிவிட்டது
சமையலறையில் தாளிக்கும் சத்தம்
வானத்திலிருந்து இறங்கி வந்ததுதான்
குக்கரின் நான்காவது விசிலில்
உலகத்தின் உணவு வேகிறது,

இக்கவிதையின் கடைசி வரி கவிதையில் மட்டுமே அமர முடியும் ஒரு வரி. பெருமதிப்பிற்குரிய கார்ல் மார்க்ஸ், "யாரிந்தப் பையன்?" என்று திடுக்கிட்டு வினவும் ஒரு வரி.

கை நடுங்காமல் இந்தக் கடைசி வரியை எழுதி விட்டவனைக் காண ஆச்சர்யமாக உள்ளது. பயமாக உள்ளது. அருவருப்பாக உள்ளது. "எவ்வளவு பெரிய நயவஞ்சகன் நீ?" என்று பற்களைக் கடிக்கத் தோன்றுகிறது. அவன் முகத்திற்கு நேரே ஆக்ரோஷமாக நடுவிரலைத் தூக்கி நீட்டத் தோன்றுகிறது.

அப்படி நீட்டும் முன்னே அவனை ஒரு முறை நெஞ்சார அணைத்துக்கொள்ளத் தோன்றுகிறது.

மாயப்பாறை – மதார் – *அழிசி* பதிப்பகம் – விலை: ரூ.140
அகழ் மின்னிதழ்

கவிதையை இனம் காணுதல்: இந்த நூற்றாண்டுக்கான கேள்விகள்

கவிதையை அறுத்து அறுத்து ஆய்வதில் எனக்குப் பெரிய விருப்பமில்லை. கவிதையைப் புகைமூட்டங்களுக்கு மத்தியில் மிதக்க விடுவதில் ஓர் இன்பம் இருக்கிறது. இதை ஒரு அழகியல் இன்பம் என்று மட்டும் சொல்லிவிட முடிவதில்லை. புகைமூட்டங்களுக்கு மத்தியில் முகம் காட்டுவதைத்தான் கவிதையும் விரும்புகிறது என்று தோன்றுகிறது. உறுதிப்பாட்டுக்கு எதிரான உறுதி ஒன்று கவிதையில் உள்ளது என்று நினைக்கிறேன். உறுதிப்பாட்டில் என்ன சிக்கல் எனில் அது ஒன்றில் மிக உறுதியாக இருக்கிறது. ஆகவே, இன்னொன்றைக் காணத் தயங்குகிறது என்பதுதான். கவிதையைப் புகைமூட்டங்களுக்கு இடையே வைப்பதென்பது அதை ஒளித்து வைப்பதற்காக அல்ல; அதை மேலும் துலக்கு வதற்கே என்று நினைக்கிறேன்.

கவிதையை இனம் காணுதலில் இந்த நூற்றாண்டுக்கான சிக்கல் என்ன என்று பார்ப்பதற்கு முன் என்றென்றைக்குமான சிக்கல்கள் என்ன என்று பார்க்கலாம். ஒருவேளை அதிலேயேகூட இந்த நூற்றாண்டின் சிக்கலுக்கான கேள்விக்கும் விடை கிடைத்துவிடலாம் அல்லவா?

கவிதை என்றால் என்ன? இக்கேள்வி அலுப்பூட்டும் கேள்வியாக மாறிவிட்ட பின்னும்

இன்னும் இன்னும் பல நூறு பதில்கள் அதற்கு வந்துகொண்டே யிருக்கின்றன. கவிதை என்பது, "பிறிதொன்றில்லாத புதுமை" என்கிற மேற்கோள் எனக்குப் பிடித்தமான ஒன்று. "சுவை புதிது, பொருள் புதிது, வளம் புதிது, சொற் புதிது, சோதி மிக்க நவகவிதை" என்கிற பாரதியின் பிரபலமான வரி கவிதையை நெருங்கிப் பார்த்துவிட்ட ஒன்று. சுவை, பொருள், வளம், சொல் என்று தனித்தனியே சொல்லப்பட்டிருந்தாலும் அவை ஒன்றில் ஒன்று கூடியவை என்றே தோன்றுகிறது. சொல் புதிது இல்லாமல் சுவை புதிதாவதில்லை அல்லவா?

சமீபத்தில் வாசித்த பொருள் புதிதான இரண்டு கவிதைகள் பொருள் புதிதானதால் சுவைகூடி விட்டவை. சுவை கூடியதால் வளம் பெற்று விளங்குபவை. சொல்லிலும் குறை வைக்காதவை. எழுதியவர் சதிஷ்குமார் சீனிவாசன்

தாய்களைக் கொன்ற பிறகு

தாய் நண்டு இறக்க இறக்க
வெளிவருகின்றன குட்டி நண்டுகள்
மரணத்திலிருந்து ஒரு தொடர்ச்சி
நீரில் புகுகிறது
எவ்வளவு நிராதரவான தொடக்கம்
சொல்லப் போனால்
இப்படித் தொடங்குவது
ஒரு விதத்தில் நல்லது
எல்லாத் தாய்களையும்
கொன்ற பிறகு
எல்லாமே வியப்பு
எல்லாமே புதுசு
பின்பற்ற ஏதுமில்லாத
உயிரின் சுதந்திரம்.

புத்தம் புதிய தன்மையால் என்னை மிகவும் கவர்ந்த கவிதை இது. "அன்னை ஓர் ஆலயம்" என்று வாழ்ந்துவரும் குடி தமிழ்க்குடி. இளையராஜாவே அம்மாதான். அதுவும் போதாமல், 'ராஜாவின் அம்மா பாடல்கள்' என்று தனி ஆல்பம் சேகரித்துக் கேட்கும் அளவு அம்மா பிள்ளைகள் நாம். 'ராஜாவின் அம்மா சோகப் பாடல்கள்' என்று இன்னொரு கேட்டகிரி உண்டு. அது, மேலும் டெரரான ஒன்று. ஆகவே, நமக்கு இந்தக் கவிதை இனிக்குமா? அவ்வளவு நிராதரவான தொடக்கத்தின் முன் நாம் மனம் கலங்கி நின்றுவிடுவோம் அல்லவா?

அம்மா அவளால் எவ்வளவு முடியுமோ அவ்வளவு உலகைத் திரட்டி, அதை எவ்வளவு பழசாக்க முடியுமோ அவ்வளவு பழசாக்கி, தன் பிள்ளைக்கு ஊட்டுகிறாள். குழந்தை

கரகரப்பின் மதுரம்

அம்மாவின் கண்களால், அம்மாவின் உள்ளத்தால் உலகைப் பார்க்கத் தொடங்கிவிடுகிறது. அம்மா புனிதம் என்கிறாள், பூச்சாண்டி என்கிறாள். குழந்தை அதையே திருப்பிச் சொல்லத் தொடங்குகிறது. இக்கவிதையில், ஒரு புதிய கோணம் உள்ளது. ஆனால், அது வெற்றுக் கற்பனாவாதமாக அல்லாமல், வலுவான இன்னொரு உண்மையால் செய்யப்பட்டுள்ளது என்பது கவனிக்கத்தக்கது. கவி எப்போதும் நம்மை முற்றாகக் கைவிட்டுவிடுவதில்லை. ஒரு சாதாரண அம்மாவிற்குப் பதில் அவன் நம்முன் நிறுத்துவது ஒரு மகத்தான தாயை. ஆயிரம் தலைமுறைகள் அழிந்து அழிந்து வீழ்ந்த பின்னும், அழியாது விரிந்து கிடக்கும் மண்ணை. தெய்வங்கள் வீற்றிருக்கும் ஸ்தலமென்று மானுடம் கைக் கூப்பித் தொழுகின்ற விண்ணை. நிலவின் முன் அழாத குழந்தையென்று இப்புவியில் ஒரு குழந்தையுண்டா என்ன?

இன்னொரு அம்மா கவிதை...

அம்மா என்பவள் ஆணோ, பெண்ணோ அல்ல. அவள் ஒரு தனிப்பால் போலும்? இந்தக் கவிதையில் அம்மா பெண்ணாக மாறுகிறாள். பிள்ளை என்னவோ ‘சூப்பர்’ என்றுதான் சொல்கிறது. ஆனால், அது உள்ளே நடுங்கி யிருப்பதாகவே எனக்குத் தோன்றுகிறது.

இல்லாத அம்மா

அம்மா ‘டை’ அடித்துக்கொண்டிருப்பதை
இன்று காண நேர்ந்தது
பிறந்தது முதலே
அம்மாவை அம்மாவாக மட்டுமே
பார்த்து வந்திருக்கிறேன்
இன்று புதுசாக அம்மா இருந்த இடத்தில்
வேறு யாரோ இருந்தது போல் இருந்தது
டை அடித்தபடி
பாடலொன்றைச் சீட்டி அடிக்கிறார்
அம்மா கொஞ்சம் கொஞ்சமாகப்
பெண்ணாக மாறிக்கொண்டிருந்தார்
தன்னைக் கவனித்துக்கொள்ளும் பெண்ணாக
இருக்கும்போது
இதுவரை இருந்த
அம்மாவை விடச் சுதந்திரமானவராகத் தோன்றினார்
அம்மாவை விட
மேலானவராகத் தோன்றினார்.

இரண்டு நல்ல கவிதைகளை முன்வைப்பது கவிதையைக் கண்டறியும் எளிய வழிகளில் ஒன்று என்று நினைக்கிறேன்.

காலங்கள் மாறலாம்; கவிஞர்கள் மாறலாம்; வடிவங்கள் மாறி மாறி வரலாம். ஆனால், சங்கத்தில் எழுதப்பட்ட கவிதைக்கும், 21ஆம் நூற்றாண்டில் எழுதப்படும் கவிதைக்குமிடையே நல்ல கவிதையின் ஆதாரமான அம்சங்கள் மாறிவிடுமா என்ன?

ஒன்றை, கவிதை தவிர இன்னொரு வடிவிலும் எழுத முடியுமென்றால் அதைக் கவிதையாக எழுத வேண்டிய அவசியமில்லை என்று அயல்நாட்டு அறிஞர் ஒருவர் சொல்லி வாசித்திருக்கிறேன். கவிதையை இனம் காண, கவிதையைப் 'போல' இருப்பதையும் இனம் கண்டுகொள்ள வேண்டி யிருக்கிறது. கவிதை மொழியின் உச்சம் என்பதால் பல்வேறு எழுத்தாளர்களும் தங்கள் எழுத்தின் உச்சத்தில் இயல்பாக அதை நோக்கிச் செல்வதைக் காண முடிகிறது. கவித்துவமும் கவிதையும் ஒன்றல்ல என்பது பழைய செய்திதான் என்றாலும் நாம் இன்னொரு முறை அதை நினைவுபடுத்திக்கொள்வது நல்லது. நான் கவித்துவம் மிகுந்த நாவலின் வரிகளை ஒன்றன் கீழ் ஒன்றாக அடுக்கி வைத்து ஒரு முறை சோதனை செய்துள்ளேன். அதில் கவிதையைக் காண முடிந்ததில்லை. சமயங்களில் சினிமா பாடல்களின் சில வரிகளை. "இது கவிதையில்லாமல் வேறென்ன?" என்று உணர்ச்சிப் பெருக்கில் நானே கூவியுள்ளேன். நான் அப்படி அடிக்கடி கூவும் ஒரு வரி... "பட்ட மரத்து மேல எட்டிப் பாக்கும் ஓணாம்போல வாழ வந்தோம் பூமி மேல" என்கிற வரி. இதை ஒரு காகிதத்தில் எழுதிப் பார்க்கையில் இதிலிருந்து கவிதை எழுந்து பறந்து சென்றுவிடுவதைக் கண்டேன்.

கவிதைக்குக் 'காத்திருப்பு' அவசியம் என்றும், 'உழைப்பு' முக்கியம் என்றும் சொல்லப்படுவதுண்டு. இது முழு உண்மைபோலத் தோன்றவில்லை. இன்று சீராட்டப்படும் என் பல கவிதைகளும் ஐந்து நிமிடத்தில் எழுதி முடித்தவைதான் என்பது நினைவிற்கு வருகிறது. உழைத்துக் கொட்டினால் கவிதை உருப்பட்டுவிடும் என்று தோன்றவில்லை. கவிதையோடு கட்டிப் புரளும் பல நண்பர்களை எனக்குத் தெரியும். கவிதை அவர்களைக் கைவிட்டு நடக்கும் காணச் சகியாத காட்சியும் தெரியும்.

கவிதை அருளப்படும் ஒன்று என்று சொன்னால், சிலர் எரிச்சலடைகிறார்கள். எனக்கும் அப்படிச் சொல்ல விருப்பம் இல்லைதான். ஒரேயடியாகக் கவிதை அருளப்படுவது என்று சொல்லிவிட்டால் பிறகு கவிதை குறித்து இவ்வளவு விளக்கங்களுக்கு அவசியமில்லை. இந்தக் கட்டுரைக்கும் அவசிய மில்லை. கலை அருளப்படுவது குறித்து பாரதி சொல்கிறார்: "தெய்வப் பிரஸாதத்தை ஒருவன் பக்தியாலும், ஜீவதயையாலும்,

நேர்மையாலும், உண்மையாலும், இடைவிடாத உழைப்பினாலும் ஸம்பாதிக்க முடியும்.” ஆனால் கவிதையில் கவிஞனின் ‘கை இல்லாத’ ஒன்றும் நிகழவே செய்கிறது. அந்தப் புதிரின் முன்தான் அவன் ஸ்தம்பித்துப் போகிறான்.

நாம் அருளப்படுவது என்பதற்குப் பதிலாக “வந்து அமைவது” என்று சொல்லிப் பார்க்கலாம். இந்த ‘வந்து அமைவதில்’ கவிஞனுக்கு ஒரு குறிப்பிடத்தக்க பங்கு உண்டு. அது, அப்படி வந்தமைவதைக் கண்டுகொள்ளும் விழிப்புடன் இருப்பது. எல்லா நெருக்கடிகளுக்கு மத்தியிலும் கவி, தன் கவிமனதைப் பாதுகாத்து வைப்பது ஒரு வேளை இந்த விழிப்புக்கு உதவக்கூடும். ஆனால், கவிமனதைப் பாதுகாக்க வும் அப்படித் திட்டவட்டமான பாடத்திட்டங்கள் இல்லை. கானுயிர் ஆர்வலராகவோ, விண்வெளி ஆய்வாளராகவோ ஆகிவிடுவது கவிஞராவதற்கான குறுக்குவழியல்ல. அந்தி நாள் தவறாது சுடர்ந்து சுடர்ந்து அணைகிறது. இதோ இந்தத் தருணத்தில், “நான் எழுதாத அந்திகளே !” என்று மண்டியிட்டு மன்னிப்புக் கோரத் தோன்றுகிறது.

சமீபத்தில் ஓர் இளம் கவிஞனின் இரண்டு கவிதைகளை அடுத்தடுத்து வாசிக்கும்போது இரண்டும் இவர் எழுதிய கவிதைகளா என்று யோசிக்கும் அளவு பாரதூர வித்தியாசங்கள் இருப்பதை உணர்ந்து திகைத்தேன். இந்த இடத்தில் அந்த இளம் கவி மட்டுமல்ல, எல்லாப் பெருங்கவிகளும் சுமாரான கவிதைகளையும் சேர்த்தே எழுதியவர்கள்தான் என்பதையும் புரிந்துகொள்வது அவசியம். நல்ல கவி எழுதுவதெல்லாம் நல்ல கவிதை ஆகிவிடுவதில்லை என்பது கொஞ்சம் வருத்தமான விசயம்தான்.

கவிதை மொழியால்தான் எழுதப்படுகிறது. ஆனால், மொழி புரிந்தால் கவிதை புரிந்து விடுவதில்லை. கவிதை மொழிக்கு வெளியே உள்ளது என்றே பல கவிகளும் சொல்கிறார்கள். “ஒரு படைப்பில் எதைக் காண்பதால் அதைக் கவிதை என்று ஏற்றுக்கொள்கிறோமோ, அந்த இன்றியமையாத தன்மையைக் ‘கவிதை அம்சம்’ எனலாம்” என்கிறார் மா. அரங்கநாதன். அந்தக் கவிதை அம்சத்தை தன்னுடைய ‘பொருளின் பொருள் கவிதை’ என்கிற நூலில் மிகத் தீவிரத்தோடு அணுகிப் பார்க்கத் துணிந்துள்ளார். அதை, ‘இதற்கு முன் இல்லாதது’, ‘புத்தம் புதியது’, ‘பண்டிதரிடம் இல்லாதது’, ‘வெற்று இசையால் அமைக்கப்படாதது’, ‘கருத்துகளால் உருவாக்கப்படாதது’, ‘அறிவால் பாதிக்கப்படாதது’, ‘இருள் கிழித்து வரும் ஒளி’, ‘சத்தியத்தின் நிழல்’, ‘மேற்கொண்டு சிந்திக்க ஏதுமற்றது’, ‘ஒருவித அமைதியை அடிப்படையாகக் கொண்டது’

என்றெல்லாம் அவரால் எவ்வளவு துரத்த முடியுமோ அவ்வளவு துரத்திச் சென்றுள்ளார். அந்த நூல் வாசகர்களுக்கு ஓரளவு உதவக்கூடும்தான். ஆனால், ஓரளவுதான். நானும் அந்த நூலின் எல்லாப் பக்கங்களிலும் அடிக்கோடிட்டுத்தான் வைத்துள்ளேன். ஆனால் சில சமயங்களில் ஒரு கடுமையான பாடத்திட்டத்திற்குள் அமர்ந்திருப்பதுபோல மூச்சு முட்டவும் செய்தது. சில இடங்களில் அவர் கவிதையை விளக்க எடுத்துக்கொள்ளும் பரிதவிப்பைப் பார்க்கப் பாவமாகவும் இருந்தது. ஏனென்றால் கவிதை, 'பொருளின் பொருள் கவிதை' நூலிற்கு வெளியிலும் உள்ளது என்பதால்தான்.

இந்த நூற்றாண்டை இணையத்தின் ஆண்டு, கணினியின் ஆண்டு, ஆண்ட்ராய்டுகளின் ஆண்டு என்றெல்லாம் சொல்லிச் செல்லலாம். இணையம் புழக்கத்துக்கு வந்தபோது நம்மில் சிலர் கடும் நெருக்கடிக்கு ஆளானோம். படிக்க, எனக்குப் புத்தக வாசம் வேண்டும் என்று அடம்பிடித்தோம். அப்படி அடம்பிடித்தவர்களில் ஒருவரான இந்தக் கட்டுரையின் ஆசிரியர், இதை தன் மொபைல் போனில்தான் டைப் செய்துகொண்டிருக்கிறார். நமக்கு இப்போது புத்தகத்தைப் போலவே இணையமும் பழகிவிட்டதென்று சொல்லலாம். நள்ளிரவில் திடீரென ஏதாவது எண்ணம் தோன்றினால், விளக்கைப் போட்டு அதை எழுதி வைக்கும் சுதந்திரம் உள்ளவனாக எழுத்தாளன் இருக்க வேண்டும். அப்படி விளக்கைப் போடுகையில் எரிந்து விழாத மனைவி அவனுக்கு அமைவது முக்கியம் என்பதுபோல கி.ரா. ஒரு நேர்காணலில் சொன்னார். விஞ்ஞானிகளுக்கும் மனைவியரைத் தெரியும் என்பதால், அவர்கள் இப்போது 'குடும்ப விளக்'க்கைத் துன்புறுத்தாத சின்ன விளக்கைப் படிப்புக் கருவிக்குள் பொருத்தித் தந்துவிட்டார்கள்.

கவிதைகள் முன்பு புத்தகத்தில் இருந்தன. பின்பு இணைய இதழ்களில் தென்பட்டன. இப்போது கவிதை எங்கு இருக்கிற தென்று கண்டறிவதே கொஞ்சம் சிக்கலாக உள்ளது. சில ஆண்டுகள் முன்பு நண்பன் இனியவன் என் கவிதைகள் குறித்து "*Spotify Podcast*"ல் பேசியிருப்பதாக மிகவும் ஆர்வத்தோடு வந்து சொன்னான். '*Podcast*' என்றால் என்னவென்றே எனக்கு அப்போது தெரிந்திருக்கவில்லை. புத்தகம் போட்டாலே எவனும் படிக்க மாட்டேங்கிறான், '*Podcast*' போன்ற நவீன ஊடகத்தில் எவன் கவிதையைக் கேட்கப் போகிறன் என்கிற சலிப்பையே அவனுக்குப் பதிலாகத் தந்தேன். அவன் திரும்பத் திரும்ப வற்புறுத்தவே அங்கு சென்று பார்த்தேன். அங்கு கவிதைகள் குறித்த நல்ல உரையாடல்கள் நடந்தன என்றே

சொல்ல வேண்டும். ஈராயிரத்துக் குழவிகளும் மனிதர்கள்தானே? என்றென்றைக்கும் மனிதனைப் பாதிக்கும் அழகியல், அறவியல் சிக்கல்கள் அவர்களிலும் தொடரத்தானே செய்யும்? இதன் வழியே கவிதை அவர்களையும் சென்று தொடத்தானே செய்யும்?

கவிஞர் சதீஷ்குமார், வீரபத்திரன், உமர் பாருக், கவிஞர் விஜயகுமார், செந்தில்குமார் நடராஜன் போன்றவர்கள் சமூக ஊடங்கங்களுக்குக் கவிதையைக் கொண்டு செல்லும்போது அதன் தீவிரம் குறையாமலேயே கொண்டுசென்றார்கள். காகிதக் காதலன், புத்தகப் பயணம், நெய்தல் டாக்ஸ், குபிட்ஸ் கவிதைகள் போன்ற கவிதைக்கான இன்ஸ்டா பக்கங்கள் கவிதையை நவயுக இளைஞர்களிடம் கொண்டுசெல்வதில் குறிப்பிடத்தக்க பங்காற்றவே செய்கின்றன. கவிஞர் மனுஷ்யபுத்திரன் நூலக ஆணைக்குழுத் தலைவராகவும், தனிப்பட்ட முறை யிலும் கல்லூரி மாணவர்களை ஒருங்கிணைத்து அவர்களை '2 k Readers' என்கிற பக்கத்தில் கவிதை வாசிக்கவைக்கிறார். தஸ்ரிமா நஸ்ரின் கவிதையிலிருந்து சபரிநாதன் கவிதைவரை இதில் காணக் கிடைக்கின்றன.

இந்த நூற்றாண்டிற்கு 'ஜாலி' முக்கியம் என்று சொல்லப்படு கிறது. எனக்கென்னவோ மனிதர்களுக்கு எப்போதுமே ஜாலி முக்கியமாகத்தான் இருந்துள்ளது என்று தோன்றுகிறது. நான் முன்பு சொன்ன '*Podcast*' கூட ஜாலி முக்கியம் வகையறாதான். தீவிரம் என்பதன் தொனி 2k கிட்ஸிடம் குறைந்துள்ளதா அல்லது வேறுபட்டுள்ளதா என்றும் நாம் யோசிக்கலாம்.

இன்றைய காலம் வேடிக்கையில் திளைத்து ஜாலி யாகவே இருக்க விரும்பினாலும் வாழ்வு அப்படி ஜாலியாகவே இருக்க அனுமதித்து விடாது என்பதால் அவர்கள் தீவிரத்திற்கு முகம் கொடுத்துத்தான் ஆக வேண்டும்.

சமீபத்தில் எழுத்தாளர் சந்திப்பு நிகழ்ச்சியொன்றில் கலந்துகொண்டேன். அந்தச் சந்திப்பில் என்னோடு பேசிய சிலர் இன்ஸ்டாகிராம் வழியாகத்தான் என் கவிதைகளை அறிந்திருந்தார்கள். என்னுடைய சில கவிதைகள் அச்சில் வாசிக்கப்பட்டதைவிட இன்ஸ்டா வழியே வாசிக்கப் பட்டதே அதிகமாக இருக்க வாய்ப்புண்டு. இதில், வருந்த ஏதுமிருப்பதாக எனக்குத் தோன்றவில்லை. நாம் கவனம் கொள்ள வேண்டியது அந்த வாசிப்பு தீவிரமாக நிகழ்கிறதா என்பது குறித்துத்தான்.

என் கவிதையின் பகுதியொன்று வேடிக்கைக் காணொளி யாக ஒரு கெட்ட வார்த்தையின் 'பீப்' ஒலியும் சேர்க்கப்பட்டு

சுற்றில் இருக்கிறது; பலரும் அந்த வீடியோவை எனக்கு அனுப்பி னார்கள். அந்த வீடியோ பரவலாகப் பார்க்கப்பட்டதற்கான காரணம் கவிதையல்ல அதன் வேடிக்கைத் தன்மைதான். என்பது தெளிவு. ஆனால் இதை எல்லாக் கவிதைகளுக்கும் பொருத்திப் பார்க்க முடியவில்லை. என்னுடைய இன்னொரு கவிதையை இன்ஸ்டாவில் கண்டபோது எனக்கு மிகவும் ஆச்சரியமாக இருந்தது. மகிழ்ச்சியாக இருந்தது. ஏனெனில் அது இன்ஸ்டாவுக்கான கவிதை இல்லை. இன்ஸ்டாவிற்கென்று சில கவிதைகள் உள்ளதா என்றால், உள்ளது என்றுதான் அந்தப் பக்கங்களை நடத்துபவர்கள் சொல்கிறார்கள். அந்தக் கவிதை.

வலுத்தது

கடைசியில்
நான் என்பது என் தரித்திரம்

ஆணவப் படுகொலை குறித்த என்னுடைய காத்திரமான கவிதை ஒன்றும் இன்ஸ்டாவில் மிகப் பிரபலம். அந்தக் கவிதை எண்ணற்ற வடிவங்களில் சுற்றிவருகிறது.

இந்தக் காலம் படிப்பதிலிருந்து பார்ப்பதற்கும் கேட்பதற்குமான காலமாக மாறிவருகிறது; ஆடியோ புக்ஸ்கள் பெருகிவருகின்றன. கவிதை ஆழமான வாசிப்பைக் கோரும் ஒன்று. ஆனால், இந்தக் காலத்தில் ஆழத்திற்கு எதிரான அவசரம் ஒன்றைக் காண முடிகிறதுதான். முப்பது நிமிட "Youtube" வீடியோவிலிருந்து இரண்டு நிமிட ரீல்ஸ்களுக்கு வேகமாக நகர்ந்துவிட்டது காலம். வித விதமாக, புதிது புதிதாக, உடனடியாக மாறிக்கொண்டே செல்லும் காட்சிகள் எங்கும் ஓடிக்கொண்டே இருக்கின்றன. இந்தப் பொறுமையின்மையும் கவனச்சிதறலும் கவிதைக்கு எதிரான ஒன்றே. கவிதைக்கு மட்டுமல்ல மொத்த வாழ்வின் அழகுக்குமே எதிரானது. கவிதை மட்டுமல்ல இப்போது கர்நாடக சங்கீதமும்தான் துண்டுத் துண்டாகக் கிடைக்கிறது. ஞானமும் அறிவியலும் கூடதுண்டுத் துண்டாகக் கிடைக்கின்றன. மகத்தானவை துண்டாக்கப்படும் போது, அந்தத் துண்டு நாம் மகத்தான வற்றை நோக்கி நகர வழி செய்கிறதா? அல்லது அந்தத் துண்டிலேயே மகத்தானவற்றை அறிந்துகொண்டதைப் போலான ஒரு போலி நிறைவை அளிக்கிறதா?

'காகிதக் காதலன்' என்கிற இன்ஸ்டா பக்கம் மிகவும் பிரபலமானது. அதில், திங்கட்கிழமை தபூசங்கர் கவிதையும் செவ்வாய்க்கிழமை நகுலன் கவிதையும் அடுத்தடுத்து வெளியா கின்றன. இந்தத் தேர்வுகள் அந்தத் தளத்தைச் சார்ந்தவரின் சொந்த ரசனை சார்ந்ததா? இதன்மூலம் அவர் தபூ சங்கரையும்

நகுலனையும் அருகருகில் வைக்கிறாரா? அல்லது வெவ்வேறு தளங்களில் உள்ள பல்வேறு பார்வையாளர்களையும் சென்றடைவதற்காக இவ்வாறு உருவாக்குகிறாரா என்கிற குழப்பங்கள் எனக்குண்டு. ஒரு வேளை எல்லாக் கவிஞர்களையும் அன்பு செய்ய விரும்புகிறவராக அவர் இருக்கக்கூடும்.

வைரல் இந்தக் காலத்தின் இன்னொரு சிக்கல். ஆகச்சிறந்த ஒன்றும், ஆக ஆபாசமான ஒன்றும் போட்டி போட்டுக் கொண்டு வைரலாகின்றன. சமயங்களில் ஒன்று எதற்காக வைரல் ஆகிறதென்றே விளங்குவதில்லை. தீவிரமானவர்கள் என்று நாம் நம்பிக்கொண்டிருப்பவர்கள்கூட இந்த வைரல் ஓட்டத்தில் கலந்துகொள்வதைக் காண்கிறோம்.

இன்று பெரும்பாலான கவிஞர்களும் முகநூலில் கவிதை எழுதுகிறார்கள். முகநூலின் லைக்கும் பகிர்வும் கவிகளையும் வாசகர்களையும்கூடப் பாதிக்கத்தான் செய்யும் என்று நினைக்கிறேன். 500 இதயக் குறிகளும், 15 பகிர்வுகளும் கொண்ட ஒரு கவிதையின் முன் ஒரு வாசகர் குழம்பி நிற்க வாய்ப்புண்டு. ஆனால், முகநூலில் வெளியிடப்படும் கவிதைகள் எல்லாம் மோசமானவை என்று சொல்லிவிட முடிவதில்லை.

எனக்கு, சில கல்லூரி மாணவர்கள் வாசகர்களாக இருக்கிறார்கள். நான் சில முறை அவர்களுக்கு என் புதிய கவிதையொன்றை அனுப்பிக் கருத்துக் கேட்பதுண்டு. "இந்தக் கவிதை உனக்குப் புரிகிறதா?" என்று வினவுவதுமுண்டு. ஆச்சரியப்படத்தக்க அளவில் அவர்கள் அதைத் துல்லியமாகவே புரிந்துகொண்டிருப்பார்கள். இதில், ஆச்சரியம் என்பதைத் தாண்டி ஒருவித வருத்தமும் எனக்கு வரும். "இந்த வயசுல உனக்கு இதெல்லாம் எப்படிப் புரிகிறது?" என்று கேட்டிருக்கிறேன்.

எப்போதும் கவிதை கும்பலை நம்பி வாழ்ந்ததில்லை. அது ஆங்காங்கே சிதறிக் கிடக்கும் உதிரிகளாலேயே வாழ்ந்து வந்துள்ளது. இந்தத் தலைமுறையிலும் கவிதைக்கென்று சில உயிர்கள் தோன்றியிருக்கவே செய்யும்.

இந்த நூற்றாண்டின் பிரத்யேக சிக்கல்களுக்கும் சலுகைகளுக்கும் மத்தியிலும் நல்ல கவிதை தன் உள்ளார்ந்த வலிமையால் எழுந்து வந்துவிடும் என்றே எனக்குத் தோன்றுகிறது. இந்த நூற்றாண்டிலும் கவிதை என்பதன் அடிப்படைக் குணாம்சம் மாறிவிடவில்லை என்பதால் அதைக் கண்டறியும் வழியும் மாறிவிடாது.

அகழ் மின்னிதழ்

எப்படி எழுந்தனவோ

கவி தன் கவிதையைக் குறித்துத் தானே பேசுவதில் சில தர்மசங்கடங்கள் இருக்கின்றன. அந்தப் பேச்சில் இயல்பாக எழுந்துவரும் தற்பெருமை ஒரு சிக்கல். தன் கவிதைகுறித்துத் தானே பேச முனைகையில் எழுகிற சலிப்பு ஒரு சிக்கல். கவிக்கும் தன் கவிதையின் நதிமூலம் குறித்துத் தோராயமாக அன்றித் துல்லியமாகத் தெரிந்து விடாது என்பது இன்னொரு சிக்கல். பேசிப் பேசிக் கண் முன்னே தன் கவிதையின் அழகுகள் கரைந்து செல்வதை அவன் சற்றும் விரும்புவதில்லை என்பது முக்கியமான சிக்கல். விளக்க முடியாத ஒன்று கவிதைக்குள் இருப்பதைப் போன்றே விளக்கக் கூடாத ஒன்றும் கவிதைக்குள் இருக்கிறது. ஆனாலும் கவிகள் கால காலமாகக் கவிதையைக் குறித்துப் பேசி வந்திருக்கிறார்கள். அதற்கு இலக்கணங்கள் வகுத்திருக்கிறார்கள். கவிதை அந்த இலக்கணங்களை உடைக்கையில் அதற்குப் புதிய இலக்கணங்களைப் படைத்திருக்கிறார்கள். தனது முழுத்தொகுப்பிற்கான முன்னுரையில் சுகுமாரன் எழுதியிருக்கும் ஒரு வரி "கவிதையாக்கம் குறித்துக்கொண்டிருந்த கொள்கைகளையும் பிடிவாதங்களையும் கவிதையே காலாவதி ஆக்குவதை உற்சாகத்துடன் பார்த்துக் கொண்டிருக்கிறேன்." இந்த உற்சாகம்தான் கவியையும் கவிதையையும் வாழவைக்கிறது.

கவிதையை விளக்க முடியாது என்கிற உறுதியும், அதை விளக்கிப் பார்க்கும் முயற்சியும் ஒரு சேரவே நடந்து வந்திருக்கிறது என்று சொல்லலாம்.

கவி கவிதையை விரட்டுவதும், கவிதை கவியிலிருந்து நழுவி விழுவதும் காண அழகான காட்சிகள். நானும் சில அழகான தடுமாற்றங்களைக் காட்ட முயல்கிறேன். ஒட்டுமொத்தமாக என் கவிதைகள் எப்படி எழுந்து வந்திருக்கக்கூடும் என்பதையும், சில குறிப்பிட்ட கவிதைகள் எழுந்துவந்த சூழல் குறித்தும் பேசிப்பார்க்க முயல்கிறேன். அந்தக் குறிப்பிட்ட சில கவிதைகள் என்னளவில் சாகசமானவை, எனக்கே ஆச்சரியமானவை, ஆகவே அவற்றைப் பேசுவது கவிதையியலுக்கு உதவக்கூடும்.

கவிதை என்பது எனக்கு முற்றிலும் புதிதான ஒன்றாக இருக்கவில்லை. அது வீட்டில் புழக்கத்தில் இருந்த சொல்தான். அப்பா கவிஞர். அப்படி கற்பனை செய்துகொள்வதில் பெருவிருப்பம் உடையவர். நாடகக் கலைஞரும்கூட. கதை, திரைக்கதை, வசனம், டைரக்ஷன் பாடல்கள் என எல்லாமும் அவரே. நாடகம் முடிந்து மைக் செட் பாக்கிக்கு வாட்சைக் கழற்றிக் கொடுப்பவரும் அவரே. இசையமைக்க வாத்தியங்கள் அவசியம் என்பதால் துரதிர்ஷ்டவசமாக அவரால் இசையமைக்க முடியாமல் போய்விட்டது. ஆக, இது பரம்பரை வியாதி. நான் இரண்டாம் தலைமுறைப் பைத்தியம்.

பலரையும்போல வைரமுத்து, மு. மேத்தா, அப்துல் ரகுமான் என்று துவங்கிய பயணம்தான் என்னுடையதும். வைரமுத்துவின் கையொப்பம் பெறுவதற்கான நீண்ட வரிசையில் நானும் நின்றிருக்கிறேன். இடதுசாரி இயக்கங்களின் தொடர்பால் வாசிப்பு அறிவுமதி, தணிகைச்செல்வன், இன்குலாப், இளவேனில் என்று திசைதிரும்பியது. எங்கள் ஊரில் பாரதி இலக்கியப் பேரவை என்கிற அமைப்பை நிறுவி இயங்கிவந்தோம். இன்றும் நவீன இலக்கியப் புலத்தில் தொடர்ந்து இயங்கிவருகிற இளஞ்சேரல், பொன். இளவேனில் ஆகியோரோடு வேறு சில நண்பர்களும் சேர்ந்து அந்த அமைப்பைக் கட்டினோம். விடிய விடிய இலக்கியம் பேசினோம். கற்றலின் தீராத வேட்கையில் திளைத்தோம். விவாதங்கள், சச்சரவுகள் என இலக்கியம் தவிர அந்தப் பருவத்தில் எங்களுக்கு இன்னொன்று இருக்கவில்லை. பொள்ளாச்சியில் இருந்து இயங்கிவரும் *புன்னகை* இதழில் எங்கள் படைப்புகள் வெளியாகத் துவங்கின. 2002இல் பாரதி இலக்கியப் பேரவை வெளியீடாகத்தான் என் முதல் கவிதைத் தொகுப்பு 'காற்று கோதும் வண்ணத்துப்பூச்சி' வெளியானது. இன்று அந்தத் தொகுப்பில் வாசிக்கக் 'கவிதைகள்' என்று ஏதுமில்லை. மெல்ல நவீன கவிதைகள் நோக்கி வாசிப்பு நகர்ந்தது.

நவீன கவிதைகள் ஒருவித ஏமாற்று வேலை என்கிற எண்ணமே முதலில் இருந்தது. சுகுமாரன், மனுஷ்யபுத்திரன்

இருவரையும் வாசிக்கையில் நவீன கவிதையின் அழகியல்கள் குறித்த ஒரு புரிதல் உருவானது. இவை வாழ்வின் அசலான குரல்கள் என்று நம்பத் தொடங்கினேன். இன்று என் கவிதைக்குள் கூடி வந்திருக்கிற எளிமைக்கு இந்த இருவருமே காரணம். நான் முதன்முதலாக ஒரு இலக்கியவாதிக்கு எழுதிய கடிதம் என்பது சுகுமாரனுக்கு எழுதியதே. அவர் அனுப்பிய பதிலில் தெளிவை வலியுறுத்தியிருந்தார். "எழுத்திற்கு நான் என்றென்றைக்குமாகக் கைக் கொள்ளும் சூத்திரமாவது, 'தெளிவுறவே அறிந்திடுதல்; தெளிவுதர மொழிந்திடுதல்', என்பதே ஒருவேளை இது உங்களுக்கும் உதவக்கூடும்".

இன்று நான் பொருட்படுத்தும் என்னுடைய முதல் கவிதை ஞாநியின் *தீம்தரிகிட* இதழில் வெளியானது. தொடர்ந்து வெவ்வேறு இதழ்களிலும் கவிதைகள் வெளியாகத் துவங்கின. கணக்கிற்கு முதல் தொகுப்பான 'காற்று கோதும் வண்ணத்துப்பூச்சி'க்கும் இரண்டாம் தொகுப்பான "உறுமீன்களற்றநதி" க்கும் இடையிலான ஆறு ஆண்டுக் கால இடைவெளியில் அதிதீவிரக் கவிதை வாசகனாக இருந்தேன். பேருந்தின் படிக்கட்டில் தொங்கியபடியும் வாசித்துக் கொண்டிருந்த இளைஞனாக இருந்தேன். கவிதை தவிர வேறு லட்சியம் இல்லை என்பது போலான பெருங் காதற்பருவம் அது. இளமையின் கொந்தளிப்பான பருவத்தை முழுக்கவே கவிதைக்கு எழுதி வைத்துவிட்டது குறித்து இப்போது கொஞ்சம் வருத்தமிருக்கிறது.

மனுஷ்யபுத்திரன் ஒரு நிகழ்வில் இவ்வளவு நெடிய பாரம்பரியம் மிக்க ஒரு மொழியில் யாராவது ஒரு கவி தன்னைச் சுயம்பு என்று கூறிக்கொண்டால் அது அகந்தை அன்றி வேறல்ல என்பது போலப்பேசினார். ஆம், இன்றைய கவி மூவாயிரம் வருடத்துக்கவி மரபின் மேல் அமர்ந்திருக் கிறான். பெருஞ் செல்வந்தன் அவன். கபிலரும் ஔவையும் கம்பனும் வள்ளுவனும் தோன்றிய வழியில் தோன்றியிருக்கும் குலக்கொடி அவன். ஆகவே அவன் எழுத்தில் விரும்பினாலும் விரும்பாவிட்டாலும் அந்த மூதாதைகளின் பாதிப்பு இருக்கவே செய்யும். அதை அவன் அறிந்துகொள்ளலாம். அறியாமலும் இருக்கலாம். அந்த வகையில் எனக்கும் என் கவிதை ஆசிரியர்களென ஒரு பட்டியல் உண்டு. சுகுமாரன், மனுஷ்யபுத்திரன், ஆத்மாநாம், மு. சுயம்புலிங்கம், ஷங்கர் ராமசுப்ரமணியன் ஆகியோரை அப்படிச் சொல்லலாம். சிலர் என் கவிதைகளின் பகடி மொழி ஞானக்கூத்தனிலிருந்து வருவதாக எழுதியிருக்கிறார்கள். அது ஷங்கரிடமிருந்து வந்திருக்கலாம் என்பதே கணிப்பு. கவிதைக்குள் விளையாட்டு

என்பது ஒரு ஆபத்தான ஆட்டம். ஷங்கர் சீக்கிரமே அந்த ஆட்டத்திலிருந்து வெளியேறிவிட்டதால் அவரின் விளையாட்டு இங்கு அதிகமாகக் கவனம் பெறவில்லை என்று நினைக்கிறேன். ஆத்மாநாமின் உலகம் முதலில் வாசிக்கையில் கொஞ்சம் சிக்கலாக இருந்தது. "ரோஜாக்களுக்கு நாம் ஊற்றும் நீரைவிட நாம்தான் முக்கியம்" என்பதை அறிய இந்த மூடனுக்குக் கொஞ்சம் காலம் ஆனது. கவிதை சொற்சிலம்பத்துக்கு வெளியே இருக்கும் ஒன்று என்பதை என்னிடம் உறுதிபடச் சொன்னவை மு. சுயம்புலிங்கத்தின் கவிதைகள். இந்த நேரத்தில் ஆத்மாநாமின் கவிதை ஒன்று நினைவுக்கு வருகிறது. அதை சுயம்புலிங்கம் கவிதைத் தொகுப்பின் எந்தப் பக்கத்தில் வேண்டுமானாலும் யோசிக்காமல் சேர்த்துவிடலாம்.

நன்றி நவிலல்

இந்த செருப்பைப் போல்
எத்தனை பேர் தேய்கிறார்களோ
இந்த கைக்குட்டையைப் போல்
எத்தனை பேர்
பிழிந்தெடுக்கப்படுகிறார்களோ
இந்த சட்டையைப் போல்
எத்தனை பேர் கசங்குகிறார்களோ
அவர்கள் சார்பில்
உங்களுக்கு நன்றி
இத்துடனாவது விட்டதற்கு.

இதுபோல யாரேனும் ஒரு வாசகன் எங்கள் அருவரையுமே கூட ஒற்றை நூலால் கோத்துக் காட்ட முடியும்.

நூறு கவிதைகளுக்கு மத்தியில் ஒரு கவிதை தனித்துத் தெரிய வேண்டுமெனில் அது புதிதாக இருக்க வேண்டும் என்பது ஒரு எளியவிதி. என் கவிதைகளைப் புதிதாக ஆக்கியதில் பகடிக்கு ஒரு முக்கியப் பங்கு உண்டுதான். பகடி என் கவிதைகளுக்குப் புதிதாகவும் என் துயரங்களுக்கு மருந்தாகவும் இருந்தது. நான் எழுத வருகையில் இங்கு ஒப்பாரிச் சத்தம் கூடுதலாக இருந்தது. எனக்கும் ஒப்பாரி வைக்கும்படிதான் வாழ்வு இருந்தது. ஆனால் நான் அந்தக் கூட்டத்தில் கலக்க விரும்பவில்லை. பகடி, என்னுடைய துன்பத்தை வேறு யாரோ ஒருவருடைய துன்பமாக மாற்றிவிடுகிறது என்று நினைக்கிறேன். வாசகனும் இதை உணர்ந்திருக்கக்கூடும். வேறு யாரோ ஒருவருடையது என்றாலும் அது துன்பம்தான். ஆனால் தலைமேல் அமர்ந்து மூளையைக் குதறும் கொடியதாக இல்லை. என் கவிதைகள் குறித்து எழுதுகையில் "கண்ணீரை விட கனமானதொரு சிரிப்பு" என்கிற வரியொன்றை விஷால்

ராஜா எழுதினான். என் பகடி ஜென்மம் அப்போது நிறைவு பெற்றுவிட்டது.

ஒரு கட்டத்தில் பகடி என் கவிதைகளின் முக்கியமான கூறாக இருந்தபோதிலும் நான் வெறுமனே அதை மட்டுமே எழுதிக்கொண்டிருக்கவில்லை. ஆனால் 'பகடிக் கவி' என்கிற லேபிளைச் சுமக்க வேண்டியிருந்தது. எதைப் புதிது என்று நினைத்தேனோ அது ஒரு கட்டத்தில் தமிழ்க் கவிதையின் பொதுப் போக்குகளில் ஒன்றுபோல மாறிவிட்டது. பகடியின் கவனம் ஈர்க்கும் தன்மையால் அவை பெருகத் துவங்கின.

ஒரு கட்டத்தில் என் கவிதையிலிருந்து பகடி வெளியேறத் துவங்கியது. இன்று என் கவிதைகளில் அது அரிதாகவே தலை காட்டுகிறது என்று நினைக்கிறேன். "போதுமான அளவு விளையாடிவிட்டோம் ஆகவே போதும்" என்று தோன்றி விட்டதா? என்னுள்ளிருந்த சிறுவனுக்கு நரை திரண்டு விட்டதா? சிறுவனின் கண்களுக்குச் சிக்காத வாழ்வின் வேறு சில அழகுகளைக் காணச் சென்றுவிட்டதா என் கவிதை? இந்தக் கேள்விகளை ஆராய்ந்து தெளிவான பதில்களைப் பெற நான் முயன்றதில்லை; விரும்பவில்லை என்றும் சொல்லலாம்.

வெகு காலமாக என் மேசையில் ஜே. கிருஷ்ணமூர்த்தியின் நூலொன்று படிக்கப்படாமல் அப்படியே கிடந்தது. அந்தப் புத்தகத்திற்கும் நமக்கும் சம்பந்தமில்லை என்பதுபோல ஒதுக்கி வைத்திருந்தேன். ஆனால் சலிப்பான ஒரு மதியத்தில் அந்த நூலை எடுத்துப் புரட்டிப் பார்த்தேன். என் பிந்தைய காலத்துக் கவிதைகளில் அவர் இருக்கிறார் என்று நினைக்கிறேன். அவர் வழியாக ஆன்மீகம் என்கிற சொல்லின் அசலான அர்த்தத்தை உணர்ந்துகொள்ள முடிந்தது. என் இன்றைய கவிதைகளில் அந்தி ஒரு தெய்வம்போல் வருகிறது என்று தோன்றுகிறது. தன் முதல் தொகுப்பில் கடவுளின் பிறப்புறுப்பில் மின்சாரத்தைப் பாய்ச்ச வேண்டும் என்று கொந்தளித்த கோபாவேச இளைஞன், தற்போது இந்த உலகில் மலர்கள் இருப்பதால் கடவுளும் இருந்து விட்டுப் போகட்டும் என்கிற சமரசத்திற்கு வந்திருக்கிறான்.

கடவுள் இருக்கிறாரா?

ஒவ்வொரு புலரியிலும்
சிரத்தையொடு மலர் கொய்து
கடவுள்களை அலங்கரிக்கிறாள் ஒரு வனிதை

அவளுக்கு
கனவுகள் இல்லை

கண்ணீர் இல்லை

பயமும்
பக்தியும் கூட இல்லை.

இந்த உலகில்
மலர்கள் இருக்கின்றன
என்பது தவிர
அவளுக்கு
வேறொன்றுமில்லை

கவிதையில் தொட்டதெல்லாம் துலங்க வாய்ப்புகள் குறைவு என்றே தோன்றுகிறது. கவிதையில் மட்டுமல்ல எல்லாக் கலைகளுக்குமே இது பொருந்தும். அவ்வளவு பூரிப்போடு "இன்று கச்சேரி களை கட்டிவிட்டது" என்கிறான் ஒரு இசைக் கலைஞன்; எனில் களை கட்டாத கச்சேரிகள் உண்டு என்பது அர்த்தம். அதே பாடகன், அதே வாத்தியங்கள், அதே அரங்கம்; ஆனால் எல்லா நாட்களிலும் கச்சேரிகளை கட்டிவிடுவதில்லை. கச்சேரி களை கட்ட என்ன வேண்டு மென்று துல்லியமாகத் தெரிவதுமில்லை. தெரிந்துவிட்டால் ஒவ்வொரு கச்சேரியும் களைகட்டி நின்றுவிடாதா?

நான் கடந்த வாரம்கூட ஒரு தோல்விக் கவிதை எழுதினேன். அந்தக் கவிதையில் உணர்வுப் பெருக்கிற்கு ஒன்றும் குறைச்சலில்லை. ஒரு பள்ளிச் சிறுமி பேருந்து நிறுத்தத்தில் நிற்காத பேருந்தின் பின்னால் உயிரைத் தூக்கிக்கொண்டு அசுர வேகத்தில் ஓடும் காட்சி ஒன்று டி.வி.யில் திரும்பத் திரும்பக் காட்டப்பட்டது. பார்த்த மாத்திரத்தில் கண்ணில் நீர்கோர்த்து விட்டது. நீர் கோர்த்துவிட்டால் அது கவிதையா வதற்கான தகுதி உடையதுதானே? ஆகவே அதைக் கவிதை யாக எழுதினேன். ஒழுங்காக வரவில்லை. நீ அழுதால் நானும் அழ வேண்டும் என்கிற கட்டாயமில்லை என்று முகத்தில் அடித்தாற்போல் சொல்லிவிட்டது கவிதை.

என்னுடைய சில கவிதைகள்மீது எனக்குப் பிரத்யேகமான வாஞ்சை உண்டு. அவற்றில் சீராட்டிக் கொஞ்ச என்னளவில் ஏதோ ஒன்று இருக்கிறது. மிக அரிதாகத் தமிழ் கவிதைக்குள் இடம் பெற்ற சண்டைக் காட்சி என்று இந்தக் கவிதையைச் சொல்லலாம். வெறும் சண்டையாக இல்லாமல் கவிதையாக வும் இருக்கிற சண்டைக் காட்சி இது என்பது என் நம்பிக்கை. ஆனால் பா. வெங்கடேசனைத் தவிர இந்தக் கவிதையைக் குறிப்பிட்டு யாரும் என்னிடம் பேசியதில்லை. கவிதையின் நதி மூலம் சுவையானது. ஆனால் அது வாசகனுக்குத் தேவையில்லை. தவிர நதிமூலம் சுவையாக இருந்தால் கவிதையும் சுவையாக

இருக்கும் என்பதற்கு உத்தரவாதம் இல்லை அல்லவா? ஆகவே நாம் கவிதையை மட்டும் பார்ப்போம்:

சுபம்

அவன் இங்கு வந்ததே
அந்த வெள்ளிக் கிழமைக்காகத்தான்
அதன் முலையமுழுந்த அணைக்கத்தான்

புதன்வரை பொறுத்துவிட்டான்
அதற்கு மேல் ஆகவில்லை
இந்த வியாழன் ஓர் இடைஞ்சல்
ஒரு வாய்க்காலைத் தாண்டிக் குதிப்பதைப் போலே
அதைக் கடந்து விடத் துடித்தான்
தன்னை ஒருவன் தாண்டிப் போவதைப் பொறாது
வியாழன் வாய் பிளந்து கத்தியது.
வண்டி நிறைய ஆட்களை அனுப்பியது

காதலின் கனலி
சில மண்டைகளை உடைத்துப் போட்டான்
சில கால்களை முறித்துப் போட்டான்
சில தலைகளைதிருப்பி வைத்தான்

கடைசியில்
ஒரு தந்திரன்
புதனின் கழுத்தில் கத்தியை வைத்துப் பிடித்துக்கொண்டான்
காலம் ஸ்தம்பித்து விட்டது
வேறு வழியற்ற காதலன்
“வெள்ளி வேண்டும்...
வெள்ளி வேண்டும்,” என்று
அவன் காலில் விழுந்து கதறினான்

வெற்றி தந்த களிப்பில்
அவன் அண்ணாந்து சிரிக்க
கண் பிழைத்த அக்கணத்தில்
அவன் கால்களைப் பற்றியிழுத்து
ஓங்கித் தரையில் அடித்தான்

ஓடினான்...
வேகமெடுத்து ஓடினான்...

புதனில் அழுந்தக் காலூன்றி
ஒரே ஒரு தாவு...

துப்பாக்கி ரவைகளுக்கும்
கையெறி குண்டுகளுக்கும் தப்பி
வெள்ளியின் நிலத்தில்
விழுந்து உருண்டான்

சினிமா சண்டை வந்தது போலவே சினிமாப் பாடல்கள் இடம்பெறும் கவிதைகளும் உண்டு. நித்ய ஸ்ரீ, சஞ்சய் சுப்ரமணியன் போன்ற செவ்வியல் இசைக் கலைஞர்கள் என் கவிதைக்குள் வருவது போன்றே, கானா பாடகனும், குத்துப் பாடகனும் இடம் பெற்றிருப்பது குறித்து எனக்கு மகிழ்ச்சி உண்டு. ஒரு கவிதை குத்துப் பாட்டை அனுபூதி நிலைக்கு அருகில் ஏற்றி வைப்பது:

குத்துப்பாட்டின் அனுபூதி நிலை

இந்த வீட்டின் ஜன்னல்களை மூடினேன்
கதவுகளைச் சாத்தினேன்.
மறவாமல் இவ்வுலகை
வெளியே தள்ளித் தாழிட்டேன்.

இசை துவங்கியது

பேழையிலிருந்து வெளிப்பட்ட
குரலுருவும் நானும்
கைகோர்த்து ஆடத் துவங்கினோம்.

ஆட்டம்...
குதியாட்டம்...
பேயாட்டம்...

"மொழ மொழன்னு யம்மா யம்மா
மொழ மொழன்னு யம்மா யம்மா..."

தலை வழி பீறிட்டு
விண் முட்டி அடிக்குதொரு நீருற்று

"தட தடன்னு நடக்குறா...
மட மடன்னு சிரிக்குறா...
வெட வெடன்னு இருக்குறா...
கொட கொடன்னு கொடயிறா...
மொழ மொழன்னு யம்மா யம்மா
மொழ மொழன்னு யம்மா யம்மா."

ஆயிரம் கரங்கள் கூடி
ஆனந்தக் கொட்டடிக்க
அதிரும் நானொரு
களி கொண்ட பேரிகை

"பஞ்சு மிட்டாய் இடுப்பழகி
ஓலக் கொட்டாய் உடுப்பழகி
ப்பெப்பர் முட்ட்டாய் பல்லழகி
க்கொட்டாப் பாக்கு கண்ணழகி
ராங்கீ... மனச வாங்கீ..."

எனதுடலா... இது
எனதுடலா...!

இப்படி பூரிப்பில் துடி துடிக்கும்
இது என்ன
எனதுடலா!
எனதுடலா!

எனதுளமா இது
எனதுளமா!

ஈனக்கவலைகள் எரியும் நெருப்பில்
ஜொலிப்பது என்ன
எனதுளமா!
எனதுளமா!

இவ்வளவு துள்ளிக் குதிக்கும்படியாக அன்றைக்கு அப்படி என்ன ஆனந்தம் என்பது இப்போது நினைவில் இல்லை. அப்போது திருமணம் ஆகியிருக்கவில்லை என்பது ஒரு காரணமாக இருக்கலாம். துரதிர்ஷடவசமாக இந்தக் குத்துப் பாடல் என் கவிதைக்குள் புகழ் அடைந்த அளவில்கூட பொதுவில் புகழடையவில்லை. குத்துப் பாடல்களைப் போற்றித் தனியே ஒரு கட்டுரையும் எழுதியுள்ளேன். ஆனால் அதைக் கவிதைக்குள் வைப்பதற்கு ஒரு முரட்டுத்தனம் வேண்டும். அப்போது அது இருந்திருக்கிறது. கூடவே ஒரு எச்சரிக்கை உணர்வும் இருந்திருப்பதை உணர முடிகிறது. பாடலின் பரவத்தை விளக்கும் வரிகளை எல்லாம் குத்துப் பாடல்களின் *"local language"*க்கு நேரெதிராகச் செழுந்தமிழில் எழுதியுள்ளேன். ஒருவிதச் சமநிலையாக்கத்திற்கு முயன்றிருக்கிறேன்.

'நன்னூல், ஒரு நூலின் குற்றங்களாகப் பத்துக் குற்றங்களை முன்வைக்கிறது. அதில் "கூறியது கூறல்", "மிகைப் படக் கூறல்" போன்றவை இங்கு பேசப்பட்ட அளவு "குன்றக் கூறல்" பேசப்படவில்லை. 'மிகை' எவ்வளவு குற்றமோ அதே அளவு குற்றம்தான் 'குறை'யும். எவ்வளவு குறைவாகச் சொல்ல முடியுமோ அவ்வளவு குறைவாக சொன்னால் போதும் என்பது நவீனக் கவிதையின் அழகியல்களில் ஒன்றல்லவா? ஆகவே நாம் "குறை" என்பதைப் போதுமான அளவு கவனிக்க வில்லை என்று நினைக்கிறேன். எதுவொன்றையும் அழுத்தும் போது அங்கு பொய் நுழைந்துவிடுகிறது என்பதுபோலத் தன் கட்டுரை ஒன்றில் ஷங்கர் எழுதியிருப்பார். ஆனால் சொல்ல வேண்டியதைச் சொல்லியாக வேண்டும். அழுத்த வேண்டியதைத் தேவையான அளவு அழுத்தியாகத்தான் வேண்டும். என் சமீபத்திய கவிதை ஒன்றில் "குன்றக் கூறல்"

எனும் குறை இருப்பதாகத் தோன்றியது. தாளம் தொடர்பான அக்கவிதையை இசை விற்பன்னர் ஒருவரிடம் விளக்கிப் படித்தேன். “நீ சொல்லும்போது நன்றாக உள்ளது. ஆனால் அது இந்தக் கவிதையில் வரவில்லை என்று நினைக்கிறேன்” என்று சொல்லிவிட்டார். இசை விற்பன்னருக்கே விளங்காத இசை நுணுக்கமா? எனில் அந்தக் கவிதையில் ஏதோ சிக்கல் இருக்க வேண்டும் என்பது புரிந்தது. கொஞ்சக் காலம் எடுத்து அந்தக் கவிதையைத் திருத்தினேன். திருத்திய பிரதி எனக்கும் அவருக்கும் திருபதியாக இருந்தது.

அங்கு

கொட்டு கொட்டென்று
கொட்டித் தீர்த்த இசை

சட்டென
நின்றுவிட்டது

நிசப்தமும்
முழக்கத்திற்குப் பின்னான நிசப்தமும்
ஒன்றல்ல

வாத்தியக்காரன்
வாத்தியத்திலிருந்து
கையைத் தூக்கிவிட்ட பிறகு
உருவாகும் தாளமே!

நீ
அங்கென்னைக் கூட்டிச் செல்!

இந்தக் கவிதையின் முதல் ஏழு வரிகள் முதல் வரைவில் இருக்க வில்லை.

நான் சில கவிதைகளை நண்பர்களுக்கு அனுப்பிக் கருத்துக் கேட்பதும் உண்டு. அந்தப் பட்டியல் காலத்தில் மாறி வந்துள்ளது. சுகுமாரன், இளங்கோ கிருஷ்ணன், சாம்ராஜ், ஏ.வி. மணிகண்டன், ஷங்கர் ராமசுப்பிரமணியன், விஷால் ராஜா, மிஷ்கின் ஆகியோர் சில அழகான திருத்தங்களால் என் கவிதையைச் செழுமை செய்துள்ளார்கள். சமீபத்தில் ஒரு கவிதையை மிஷ்கினுக்கும் மணிகண்டனுக்கும் அனுப்பி னேன். இருவருக்குமே அந்தக் கவிதை பிடித்திருந்தது. ஆனால் இருவருமே சொல்லிவைத்தாற்போல ஒரு வரியை வேண்டாம் என்று சொன்னார்கள். அவர்கள் இருவரும் படித்த மாத்திரத்தில் பளிச்சென்று நீக்கிவிட்ட அந்த வரி, கவிதையின் பெயரால் விருதுகள் வாங்கி அடுக்கி வைத்திருக்கிற எனக்கு விளங்காத அந்த வரி, அதை அடிக்கடி எண்ணி நான் வியப்பதுண்டு. அது குறித்து வருந்துவதும் மகிழ்வதும் உண்டு.

ஆத்மாநாமின் புதிய கவிதை

ஒரு ரோஜா நாற்று வாங்கி வந்தேன்
வீட்டில்
அதற்கு எந்த இடம் பிடித்திருந்ததோ
அந்த இடத்தில் நட்டு வைத்தேன்.

ஒளி தந்தேன்
நீர் தந்தேன்

இவை தவிர
ரோஜாக்கள் பூக்க
எது முக்கியம் என்று
ஆத்மாநாம் சொன்னாரோ
அதை
அள்ளி அள்ளிக் கொடுத்தேன்.

கொடுத்துக்கொண்டே இருந்தேன்

வருத்தம் தோய்ந்த முகத்துடன்
ஒரு நாள் அவர் வந்திருந்தார்

"இன்னும் ரோஜாக்கள் பூக்கவில்லையா?"

"மணம் வர மலர் அவசியமில்லை என்று தோன்றுகிறது"
என்றேன்.

புன்னகைத்தபடியே சென்றுவிட்டார்.

இந்தக் கவிதையில் நீக்கப்பட்ட பகுதி...

"அவருக்குக்
கேட்க வேறொன்றும்
இருக்கவில்லை

இது கடைசி வரிக்கு முந்தைய பத்தியாக இருந்தது.

உரைநடைக்குப் பக்கத்தில் எழுதும் கவிதைகளில்கூட அதில் ஒருவித இசைத்தன்மைக்கு முயல்கிறேன். கவிதையி லிருந்து இசையை அறவே ஒழித்துக் கட்டிவிட முடியாது என்று நம்புகிறேன். ஆங்கிலச் சொற்களைச் சமயங்களில் உபயோகிப்பதுண்டு. சில கவிதைகளின் தலைப்பே ஆங்கிலத்தில் உண்டு. ஒரு நேர்காணலின் போது இரா. பூபாலன் சொன்னார் "நைஸ் என்கிற தலைப்பு கச்சிதமாகப் பொருந்தியதுபோல "நத்திங் ஸ்பெஷல்" என்கிற தலைப்பு பொருந்தவில்லை." ஒருவேளை இது உண்மையாகவும் இருக்கலாம். ஆனால் கவிதையை ஸ்டைலாக்கவோ, புதியது போன்ற பாவனையைத் தோற்றுவிக்கவோ அப்படி செய்வதில்லை. சமயங்களில் பொருந்துவதில்லை என்று நினைக்கிறேன்.

கவிதையை ஆசிர்வாதம் போலத்தான் உணர்கிறேன். கவிதையும் நானும் மெல்ல மெல்ல நெருங்கிச் செல்வதில்லை. மாறாக அது ஒரு மின்னல் வெட்டுப் போலத்தான் தோன்றி மறைகிறது. என்னைக் கடந்து செல்லும் ஒரு கவிதை அதற்கு முந்தைய கணம்வரை எங்கிருந்தது என்பதை எண்ணி நான் ஆச்சர்யப்படுவதுண்டு.

இவ்வளவு காலமும் இடிபாடுகளுக்கிடையேதான் வேலை செய்துவந்திருக்கிறேன். இடிபாடுகள்தான் வேலை செய்ய வைக்கின்றன என்கிற கருத்தும் உண்டு. தற்கொலை செய்துகொள்வதற்குப் பதிலாகக் கவிதைகள் எழுதுவது கவிஞர்களின் பொது வழக்கம்தான். என் கவிதைகள் ஒரு கட்டம்வரை ஓயாமல் கண்ணீரைக் கொஞ்சிக்கொண்டிருந்தன. இப்போதும் இடிபாடுகளிலிருந்து மீண்டுவிடவில்லை. ஆனால் அவை அனுமதிக்கும் சின்ன ஆசுவாசங்களின் பொழுது புலரிக் கதிரும், அந்திப் பொன்னும் என் சொற்களை ஊடுருவி விடுகின்றன.

என் முதல் கவிதைத் தொகுப்பின் தலைப்பான 'உறுமீன்களற்ற நதி' என்பது ஔவையின் சொல்வழி விளைந்தது. 'ஆட்டுதி அமுதே', 'வெந்துயர் முறுவல்' போன்ற சொற்கட்டுகள் கம்பன் வழங்கியவை. தொடித்தலை விழுத்தண்டினாரும், கணியன் பூங்குன்றனாரும் என் கவிதைக்குள் வந்து அதைப் பொலியச் செய்கிறார்கள். பழந்தமிழ் இலக்கியங்கள் என்பவை பெரும் சக்தி. அவை என் கவிதையை வலுவூட்டுகின்றன.

ஒரு எழுத்தாளனுக்கு நினைவு எவ்வளவு முக்கியமோ மறதியும் அவ்வளவு முக்கியம். அவன் பலவற்றைத் துல்லிய மாக நினைவு வைத்துக்கொள்ள வேண்டியுள்ளது. அதைவிட ஆயிரங்களை அவன் தொலைத்து மறக்க வேண்டியுள்ளது. நான் ஒரு மலரை எழுதுகையில் என் எவ்வளவுகள் மறைந்து போகின்றன! ஒரு வயலின் துணுக்கின் முன் என் எத்தனை யெத்தனைகள் மறந்துபோகின்றன! மகத்தான மறதியே உன்னை அணைத்துக்கொள்கிறேன். உனக்கு நன்றி சொல்கிறேன்.

வாழ்வு அர்த்தமற்றிருக்கிறது. அர்த்தமற்ற வாழ்வை அர்த்தமற்றவைகளால் எதிர்கொள்வது அபத்தமா என்ன? என் அர்த்தமற்ற பொருட்களே! அர்த்தமற்ற இச்சைகளே! அர்த்தமற்ற ஒழுக்கங்களே! அர்த்தமற்ற கொள்கைகளே! அர்த்தமற்ற வங்கிக் கணக்குகளே! அர்த்தமற்ற காதல்களே! உங்களுக்கு என் அன்பு. அர்த்தமின்மையின் அர்த்தச் செறிவே நீ வாழிய வாழிய வாழியவே!

உயிர்மை

கவிதை - இசை

கவிதையின் பாட்டும், பாட்டின் கவிதையும்

"உங்களுக்குச் சினிமாவிற்குப் பாட்டெழுதும் விருப்பம் உள்ளதா?" இந்தக் கேள்வியைச் சில சமயங்களில் எதிர்கொண்டிருக்கிறேன். "உள்ளது" என்பதுதான் பதில். முழுநேரப் பாடலாசிரியராக ஜொலிக்க வேண்டும் என்கிற ஆசையில்லை. ஆனால் என் சொல், ஒரு பியானோவோடு கூடி முயங்கும் இன்பத்தைக் காணும் ஆவல் உள்ளது. சொல்லொன்று பாட்டாக மாறித் துள்ளும் தருணத்தின் பரிதவிப்பை அள்ளிப் பருகும் வேட்கை உள்ளது. இதில் குற்றம் ஏதுமிருப்பதாக எண்ணவில்லை. எவ்வளவு முரட்டுத்தனத்துடன் 'இசை' என்று எனக்கு நானே பெயர் சூட்டிக் கொண்டேனோ, அந்த முட்டாள்தனத்தின் சுகம் இன்னும் நெஞ்சு நிறைய இருந்துகொண்டுதான் இருக்கிறது. உங்களால் கவிதையையும் பாட்டையும் தெளிவாகக் காணமுடிமெனில் நீங்கள் இரண்டையும் குழப்பிக்கொள்ள அவசியமிருக்காது. பாட்டு ஓர் இன்பம். கவிதை ஒரு இன்பம். சமயங்களில் தனித்தனி. சமயங்களில் கூட்டுக்களி. மேல்கீழ் என்றல்ல, தனித்தனி என்றே நான் சினிமாப் பாடலையும் கவிதையையும் புரிந்துவைத்துள்ளேன்.

திரையிசைப் பாடல்கள் எங்கும் நிறைந் துள்ளன. அதுகுறித்து இங்கு நாள் தவறாது பேசப் படுகிறது "பழைய பாடல்களா? புதிய பாடல்களா?" என்று தொடங்கிய ஒரு பட்டிமன்றம் அந்தப் புதிய பாடல்களெல்லாம் பழைய பாடல்கள் ஆன

பிறகும் நிற்காது நிகழ்ந்துகொண்டேயிருக்கிறது. திரைப்பாடல்கள் இசையோடு இரண்டறக் கலந்தவை. அதற்கும் இசைக்கும் உள்ள உறவில் ஆராய ஒன்றுமில்லை. எனது நோக்கம் தமிழ்க் கவிதைகளுக்குள் ஒளிந்திருக்கும் இசையை இனம் காண முயல்வதுதான். இசையும் இலக்கியமும் தழுவிக்கொள்ளும் தருணங்களைக் காண முயல்வது.

தமிழின் மகாகவியான பாரதி சங்கீதம் குறித்துச் சொல்கிறார்: “இங்குள்ள ஜந்துக்களிலே மனிதருக்கும் பறவைகளுக்கும்தான் பாடத் தெரியும். மற்ற மிருகங்களுக்குப் பாட்டு வராது. பறவைகள் வானத்திலே பறக்கும் வழக்க மிருப்பதால், அவற்றின் மனநிலை ஸங்கீதத்திற்கு இசைகின்றது போலும்! மனிதன் உடம்பினாலே பறக்காவிட்டாலும் உள்ளத்தைத் திசை வெளியிலே பறக்கும்படி செய்கிறான். அப்போது இயற்கையிலேயே பாட்டுத் தோன்றுகிறது.”

பாட்டில் உள்ள பறத்தல் என்பது வெறும் வேடிக்கையன்று. அது நமக்கு விதிக்கப்பட்டிருக்கும் வாழ்விலிருந்து எழுந்து பறப்பது. நாம் பிணைக்கப்பட்டிருப்பதனின்றும் அறுத்துக் கொண்டு எழுவது. ஓர் எளிய உயிரை அது அடைய அரிதான இன்பங்களுக்கு அருகில் தூக்கிச்செல்வது. நம்பவே முடியாத ஒன்றைக்கூட நாம் பாட்டில் நம்பிவிடுகிறோம். பாரதி, “பாட்டினைப்போல் ஆச்சர்யம் பாரின் மிசை இல்லை” என்கிறான். ஓசை தரும் இன்பத்தை உவமையிலா இன்பம் என்கிறான். “பொருத்தாத பொருள்களைப் பொருத்தி வைத்து அதிலே இசையுண்டாக்குதல் சக்தி” என்கிறான். “பொதுப் பள்ளிக்கூடத்திலே சங்கீதம் கற்றுக்கொடுக்க வேண்டும். இது மற்ற நாகரீக தேசங்களில் சாதாரணமாக நடந்துவருகிறது. உயிரிலே பாதி சங்கீதம்” என்று எழுதுகிறான்.

தொல்காப்பியம் ஐவகைத் திணைகளை வகுத்துத் தந்திருப்பது அறிந்ததே. அதில், ஒவ்வொரு திணைக்கும் தனியாகப் பண்களும் சுட்டப்பட்டுள்ளன. பண்கள் மட்டு மல்லாமல், ஒவ்வொரு நிலத்திற்கும் அதற்குரிய யாழ், பறை ஆகியவையும் குறிப்பிடப்பட்டுள்ளன. உதாரணத்திற்குத் ‘துடி’ என்கிற ‘பறை’ பாலைத் திணைக்குரிய பறையாகக் காட்டப்படுள்ளது. சங்கப் பாக்களில் யாழ் வகைகள், முழவுக்கருவிகள், குழல் வகைகள் சுட்டப்பட்டுள்ளன. ‘மலைபடுகடாம்’ பாணன் இசைக்கும் பல்வேறு வகையான இசைக்கருவிகளின் உருவ அமைப்புகள், அவை எழுப்பும் வெவ்வேறு சத்தங்கள் போன்றவற்றைக் கூறுவதோடு, யாழ் செய்யும் முறையையும் விளக்குகிறது. சங்கப் பாக்களில் ‘பாணன்’ ஒரு முக்கியப் பாத்திரமாக வருகிறான். விறலியர் வருகின்றனர்.

‘காவடி தூக்கிய விறலியின் சித்திரம் ஒன்று’ ஔவையின் பாடலில் உள்ளது. சிலப்பதிகாரத்தில் இசை சார்ந்த குறிப்புகளை நிறையக் காணமுடிகிறது.

நமது பழந்தமிழ்க் கவிதைகள் அனைத்தும் பாக்கள்தான். பாட ஏதுவான செய்யுள் வடிவில் யாக்கப்பட்டவை அவை. செப்பலோசை, அகவலோசை, துள்ளலோசை, தூங்கலோசை போன்ற ஓசை ஒழுங்குகள் கொண்டவை. எதுகை, மோனை, அளபெடை, அந்தாதி போன்ற இசை நயங்களோடு இயற்றப்பட்டவை,

கலித்தொகைப் பாடல் ஒன்றில், ஒருத்தி வீட்டை விட்டுக் காதலனோடு போய்விடுகிறாள். அவளுடைய தாய் அவளைப் பாலை நிலம் முழுக்கக் கண்ணீரோடு தேடியலைகிறாள். வழியில் காண்பவர்களிடமெல்லாம் தன் மகளைக் கண்டீரா? கண்டீரா? என்று கேட்டுக்கேட்டு மாய்கிறாள். வழிப்போக்கன் ஒருவன் சொல்வதுபோல ஒரு பாடல். கண்டோர் கூற்றாக...

பலஉறு நறுஞ்சாந்தம் படுப்பவர்க்கு அல்லதை
மலையுளே பிறப்பினும், மலைக்கு அவைதாம் என் செய்யும்?
நினையுங்கால் நும்மகள் நுமக்கும் ஆங்கு அனையளே

சீர்கெழு வெண்முத்தம் அணிபவர்க்கு அல்லதை
நீருளே பிறப்பினும், நீர்க்கு அவைதான் என் செய்யும்?
தேருங்கால் நும்மகள் நுமக்கும் ஆங்கு அனையளே

ஏழ்புணர் இன்னிசை முரல்பவர்க்கு அல்லதை
யாழுளே பிறப்பினும், யாழ்க்கு அவைதாம் என் செய்யும்?
சூழுங்கால் நும்மகள் நுமக்கும் ஆங்கு அனையளே

மலையுளே பிறந்தாலும் சந்தனத்தால் மலைக்கு ஒரு பயனும் இல்லை. அது இன்னொரு மானிடர் மேனியைத்தான் இன்புறுத்துகிறது. முத்தோ கடலில் பிறக்கிறது. கடலுக்கு அதனால் என்ன பயன்? அது தன்னை அணியும் மாந்தரையே மகிழ்விக்கிறது. யாழிசையோ அதை மீட்டுபவனையே ஆனந்தமாக்குகிறது. யாழுளே பிறப்பினும் யாழுக்கு அதனால் என்னதான் பயன்? அப்படித்தான் உன் மகளும் உனக்கு.

அந்த வழிப்போக்கன் அமைதிப்படுத்துகிறானா? அல்லது அந்த அன்னையின் உலகை நடுவீதியில் போட்டுடைக்கிறானா? கொடூரமானதே என்றாலும் போட்டுடைத்தலும் அமைதிப்படுத்தல்தான். இந்தக் கவிதைக்குள் ஒருவிதக் கையறுநிலையின் இசை உள்ளது. அந்த இசை கவிதைக்குப் பெருமளவு உதவி செய்திருப்பதை எளிதாகவே உணர்ந்துகொள்ள முடிகிறது. கேள்வியின் இசை... ஓர் உயிர் இனி இல்லை என்பது போன்ற உறுதியின் இசை. தன்னுடைய எல்லாப்

பராக்கிரமங்களும் முடிவுக்கு வந்தபின் தாழ்ந்த குரலில் ஒரு மனிதன் சொல்வானே, "எல்லாம் முடிந்துவிட்டது" என்று. அந்த இசை இந்தப் பாடலில் ஒலிக்கிறது.

இன்னொரு பாடல் சங்க இலக்கியப் பரப்பில் பிரபலமானது. ஆயினும் சுவை குன்றாதது. பார்வைக்கு எளியதுபோல் தோன்றினும் வாசிக்கும் ஒவ்வொரு முறையும் உள்ளத்தை அதிரவிடுவது. தங்கள் தலைவன் இறந்துவிட்டான். மக்கள் சோகம் தாளாது புலம்புவதுபோல் ஒரு பாடல். தலைவன் இறந்துவிட்டது தெரியாமல் அந்த நாட்டில் வழக்கம்போல முல்லைப் பூ பூத்துவிடுகிறது. அதை நோக்கிப் பாடுவதுபோல் ஒரு பாடல்:

> இளையோர் சூடார்; வளையோர் கொய்யார்
> நல்லியாழ் மருப்பின் மெல்ல வாங்கிப்
> பாணன் சூடான்; பாடினி அணியாள்
> ஆண்மை தோன்ற ஆடவர் கடந்த
> வல்வேல் சாத்தான் மாய்ந்த பின்றை
> முல்லையும் பூத்தியோ ஒல்லையூர் நாட்டே

இப்பாடலின் சாதாரணத்தை அசாதாரணமாக்குவது, 'பூத்தியோ' என்கிற சொல்லின் இசை. இந்தப் பாடலை முதல்முறையாகக் கேட்கையிலேயே உங்களுக்குப் பலமுறை எங்கோ கேட்ட நினைவு வருகிறதெனில், அது நமது ஆழ்மனதில் அலையடித்துக் கொண்டிருக்கும் ஒப்பாரிப் பாடல்களின் ஓசைகளால்தான்.

இரண்டடியால் உலகத்தையே அளந்துவிட்ட ஆழம் மிக்கவை என்று மெச்சப்படும் நூல் திருக்குறள். அப்படி அளந்ததன் இன்பத்திற்கு அதன் இசைத்தன்மையும் ஒரு காரணம். சொல்லிப் பார்க்கும் சுகத்திற்காகவே சொல்லப்படும் குறள்கள் பல உண்டு.

> கடாஅக் களிற்றின் மேற் கட்படாம் மாதர்
> படாஅ முலைமேல் துகில்

(தகை அணங்கு உறுத்தல்)

> பெறாமை அஞ்சும் பெறின் பிரிவஞ்சும்
> அறாஅ இடும்பைத்தென் நெஞ்சு.

(நெஞ்சொடு புலத்தல்)

தலைவனைக் கூடாதபோது வருந்தி அழியும் என் நெஞ்சம். பெற்ற பிறகோ பிரிவஞ்சி வருந்தும். ஆக என் நெஞ்சத்திற்குக் கிடைப்பதெல்லாம் எப்போது வருத்தம்தான்.

இந்தக் கவிதையில் வருகிற, 'அறாஅ' என்கிற அளபெடை வெறுமனே செய்யுள் இலக்கணத்தை மட்டும் நிறைவு செய்யாமல்

கவிதையின் அகத்தோடு கலந்து ஒளிவீசக் காணலாம். அந்த அளபெடை தீரவே தீராத வருத்தத்தைத் துல்லியமாகப் பாடி விடுகிறது. முதலில், சுட்டப்பட்டுள்ள குறளிலும் அளபெடை வெறும் இலக்கணம் என்று தோன்றவில்லை.

ஓஒ இனிதே எமக்கிந் நோய் செய்த கண்
தாஅம் இதற்பட் டது.

(கண் விதுப்பு அழிதல்)

கண்தானே என்னைக் காதல் வயப்படுத்தி துன்பத்தில் தள்ளியது. இன்று அதுவே அவனைக் காணாது அழுது தவிக்கிறது. அழட்டும்! அழட்டும்! நன்றாக அழட்டும். பழிக்குப் பழி!

இதில் எதிரியை நோக்கிய ஒரு எக்காளச் சிரிப்பு கேட்கிறது... ஓ... ஓ... என்று

நாலடியாரின் ஒரு பாட்டில் வலுவான பறைச்சத்தம் கேட்கிறது. வாழ்வு முடிகையில் எழுகிற சத்தம். மனித அகந்தையின் தலையில் விழுந்து அவனது குலைநடுக்கும் சத்தம்.

கணங்கொண்டு சுற்றத்தார் கல்லென்று அலறப்
பிணங்கொண்டு காட்டு உய்ப்பார்க் கண்டும் – மணங்
கொண்டீண்டு
உண்டுண்டுண் டென்னும் உணர்வினாற் சாற்றுமே
டொண்டொண்டொண் டென்னும் பறை

நமது பக்தி இலக்கியங்கள் காதலாகிக் கசிந்து கண்ணீர் மல்குபவை. "திருவாசகத்துக்கு உருகார் ஒரு வாசகத்துக்கும் உருகார்" என்பது பிரபலமான ஒரு தொடர். அந்த உருக்கத் திற்குக் காரணம் பக்தி. அந்தப் பக்திக்குள் இருப்பது சரணாகதி யின் சங்கீதம்.

புல்லாகிப் பூடாய்ப் புழுவாய் மரமாகிப்
பல்விருகமாகிப் பறவையாய்ப் பாம்பாகிக்
கல்லாய் மனிதராய்ப் பேயாய்க் கணங்களாய்
வல்லசுரராகி முனிவராய்த் தேவராய்ச்
செல்லாஅ நின்ற இத் தாவர சங்கமத்துள்
எல்லாப் பிறப்பும் பிறந்திளைத்தேன் எம்பெருமான்
மெய்யேயுன் பொன்னடிகள் கண்டின்று வீடுற்றேன்

அம்மையே அப்பா! ஒப்பிலா மணியே!
அன்பினில் விளைந்த ஆரமுதே!
பொய்ம்மையே பெருக்கிப் பொழுதினைச் சுருக்கும்
புழுத்தலைப் புலையனேன் தனக்குச்
செம்மையே ஆய சிவபதம் அளித்த
செல்வமே! சிவபெருமானே!
இம்மையே உன்னைச் சிக்கெனப் பிடித்தேன்
எங்கெழுந்தருளுவதினியே

திருவாசகத்தில், நமது நாட்டுப்புறப் பாடல்களின் சத்தங்கள் தெளிவாகக் கேட்கின்றன. அம்மானை, சுண்ணப்பாடல், கும்மிப் பாடல், சாழல் பாடல், ஊசல் பாடல் என்று பெண்கள் தங்கள் தொழிலின்போதும், விளையாட்டின்போதும் பாடும் பாடல்களின் பெயராலேயே அமைக்கப்பெற்ற பல பதிகங்களை அதில் காண முடிகிறது. ஆழ்வார்களின் கவிதைகளிலும் தாலாட்டுப் பாடல், பாவைப் பாடல் போன்றவை உள்ளன.

கம்பன் இயலும் இசையும் எப்படிப் பொருந்தியிருக்க வேண்டும் என்று சொல்கிறான் ஒரு பாடலில்:

பருந்தொடு நிழல் சென்றன்ன இயல் இசைப் பயன்
துய்ப்பாரும்...

பருந்தும் அதன் நிழலும் போலிருக்க வேண்டும் இரண்டும் என்கிறான்.

கம்பன் இங்கு பேசப்பட்டுக்கொண்டே இருக்கிறார். பட்டிமன்றங்களில் தொடர்ந்து பாடப்படுகிறார். அவரைப் பேசுவதைவிடப் பாடினால்தான் பட்டிமன்றம் சிறக்கிறது என்பதால் பலரும் அவரைப் பாட முயல்கிறார்கள். அவரும் பாட ஏதுவாகவே இருக்கிறார். கம்பனின் கீழ்க்காணும் பாடலைச் சொல்லவே முடியாது; பாடத்தான் முடியும் என்று நினைக்கிறேன்.

இவ்வண்ணம் நிகழ்ந்த வண்ணம்
இனி, இந்த உலகுக்குக்கெல்லாம்
உய்வண்ணம் அன்றி, மற்றோர்
துயர் வண்ணம் உறுவதுண்டோ?
மைவண்ணத்தரக்கி போரில்,
மழை வண்ணத்தண்ணலே! உன்
கை வண்ணம் அங்குக் கண்டேன்;
கால் வண்ணம் இங்குக் கண்டேன்

கம்பனில் இது போல் பல பாடல்களைக் காண முடியும்.

சித்தர் பாடல்கள் நீண்ட காலம் வாய்மொழி மரபாகப் பாடப்பட்டுப் பின் தொகுக்கப்பட்டவை. ஆகவே, அதில் இயல்பாகவே நாட்டுப்புற இசையின் அழகுகள் உள்ளன. தாண்டவக் கோனும் ஆனந்தக் கோனாரும் நந்தவனத் தாண்டியும் அர்த்தமாகும் முன்பே நம்மை ஆட வைத்துவிடுபவர்கள்.

தாந் திமித்திமி தந்தக் கோனாரே
தீந் திமித்திமி திந்தக் கோனாரே
ஆனந்தக் கோனாரே - அருள்
ஆனந்தக் கோனாரே

(இடைக்காட்டுச் சித்தர்)

> நந்தவனத்திலோர் ஆண்டி – அவன்
> நாலாறு மாதமாய்க் குயவனை வேண்டி
> கொண்டு வந்தான் ஒரு தோண்டி – அதைக்
> கூத்தாடிக் கூத்தாடிப் போட்டுடைத்தாண்டி
>
> (கடுவெளிச்சித்தர்)

'குற்றாலக் குறவஞ்சி'யில் வசந்த வல்லி பந்தடிக்கும் காட்சி புகழ்பெற்றது. இந்தப் பாட்டும் அவள் அடிக்கும் பந்தைப்போன்றே துள்ளக் காணலாம்.

> செங்கையில் வண்டு கலின்கலி னென்று செயஞ்செயம்
> என்றாட – இடை
> சங்கத மென்று சிலம்பு புலம்பொட தண்டை கலந்தாட – இரு
> கொங்கை கொடும்பகை வென்றன மென்று குழைந்து
> குழைந்தாட – மலர்ப்
> பைங்கொடி நங்கை வசந்த சவுந்தரி பந்து பயின்றாளே!

பாரதி தன் கவிதைகளுக்கு ராகம், தாளமெல்லாம் சேர்த்து எழுதியவர். அவர் கவிதைகள் சங்கீதமேதான். பாரதியின் கவிதைகளில் செவ்வியல் இசை வடிவங்கள் மட்டு மன்றிப் பள்ளுப் பாட்டு, கிளிப்பாட்டு, குறியாடிப் பாட்டு, கும்மிப் பாட்டு, சிந்துப் பாட்டு போன்ற நாட்டுப்புறத்தின் இசையழகுகள் பலவும் இழையோடக் காணலாம்.

தமிழ்க் கவிதை வரலாற்றின் ஒரு கட்டம் வெறுமனே ஓசைகளால் நிரம்பத் தொடங்கியது. ஆழமான தரிசனங்களோ கவித்துவமோ இல்லாமல் சொற்சிலம்பம் ஆடத் தொடங்கியது. உள்ளீடற்ற வெற்றுச் செய்யுள்கள், கவிதைகள் என்று உரிமைகோரத் தொடங்கின. அலுப்பூட்டும் சந்தங்கள் பெருகி வளர்ந்தன. இதனால், எளிய இனிப்புப் பண்டமாகக், கவிதை மாறிவிடும் ஆபத்து வந்தது. பாரதிக்கு முன்னான தனிப்பாடல் களிலும், அவருக்குப் பின்னான பலரது கவிதைகளிலும் இந்த ஆபத்தைக் காண முடிகிறது. ஆகவே, நமது நவீன தமிழ்க் கவிதை இசையை வெறுக்கத் தொடங்கியது. ஆயினும் கவிதைக்குள் இசையை அப்படி அறவே ஒதுக்கிவிட இயலாது. தமிழ் நவீன கவிதையின் குறிப்பிடத்தக்க தொடக்கம் என்று சொல்லப்படும், 'பெட்டிக்கடை நாரணன்' கவிதையிலேயே பாட்டின் சாயல்கள் தென்படுகின்றன. சி. மணி, ஞானக்கூத்தன் போன்றோர் தம் கவிதைகளில் இசைத்தன்மையை விடாது பேணியே வந்தனர். இதில் சி.மணி செய்யுள் தன்மையை, கேலிசெய்து,செய்யுள்போலவே சில கவிதைகளை எழுதியுள்ளார். ஞானக்கூத்தன் கவிதையொன்று அதன், "பாட்டிற்காகவும்" பிரசித்தி பெற்றது.

பவழமல்லி

கதை கேட்கப் போய்விடுவாள் அம்மா. மாடிக்
கொட்டகைக்குப் போய்விடுவார் அப்பா. சன்னத்
தாலாட்டின் முதல்வரிக்கே குழந்தைத் தம்பி
தூங்கிவிடும். சிறுபொழுது தாத்தாவுக்கு
விசிறியதும் அவரோடு வீடு தூங்கும்

பூக்களெல்லாம் மலர்ந் தோய்ந்த இரவில் மெல்ல
கட்டவிழும் கொல்லையிலே பவழ மல்லி

கதை முடிந்து தாய் திரும்பும் வேளை மட்டும்
தெருப்படியில் முழு நிலவில் அந்த நேரத்
தனிமையிலே என் நினைப்புத் தோன்றுமோடி ?

மனுஷ்யபுத்திரனின் கவிதைகள் உரைநடைபோல இருக்கின்றன என்று ஒரு குற்றச்சாட்டு உண்டு. உண்மையில் அவை மொழி அலங்காரங்களைத் துறந்தவையே ஒழிய உரைநடையன்று. அவரின் கவிதைகள் சில வாழ்வாங்கு வாழ்வதற்கான காரணம் அதனுள் முனகிக்கொண்டே இருக்கும் ஒருவித இசைத்தன்மைதான்.

மறுப்பு

எத்தனை முறை
வந்து கேட்டாலும்
“இல்லை இல்லை”
என்பதே உன் பதில்
எப்போதும் இல்லாததைக் கேட்பவர்களுக்குத்
தருவதற்கு எதுவுமிருப்பதில்லை

ஆயினும்
ஒவ்வொரு முறையும்
“இல்லை இல்லை”
எனக் கேட்க நேர்பவனின்
கண்களில் தோன்றி மறைகிறதே
ஒரு சாம்பல் திரை

நீ
அதைக் கொஞ்சம்
பாராதிரு

இளங்கோ கிருஷ்ணனின் கவிதை ஒன்று உண்டு. பாடினால் அழுகை பீறிடும் கவிதை. அழுகை பீறிட வேண்டும் என்பதற் காகவே பாட்டின் வடிவில் எழுதப்பட்ட கவிதை. நான் இப்போது பாட்டின் பரவசத்தில் இருப்பதால் இளங்கோவின் பாடலையும் பாரதியின் ஒரு பாடலையும் ‘இடைப்பிறவறல்’ போல சேர்ந்து பாடிக் களிக்கலாம் என்று தோன்றுகிறது.

இளங்கோ இந்தக் கவிதையில் மதுவை மட்டுமே முன்வைக்கிறான். அதைத் தவிர்த்து மகிழ்ந்துவிடும்படியாக அவனுக்கு இந்த வாழ்வில் வேறொன்றுமில்லை. பாரதிக்கோ எங்கெங்கு காணினும் மது. உள்ளும் புறமும் மது. இளங்கோவின் கண்ணீரை ஆற்றுகின்ற ஒரு ஞானத்தகப்பன்போல இங்கு பாடுகிறான் பாரதி.

ஓரே ஒரு மதுப் போத்தல்

அதற்கே நான் வந்தேன்

நகரெங்கும் படுகளம்

ஊரே பிணக்காடு

ஆனாலும் வந்தேன்
அதற்கே நான் வந்தேன்

மது நமக்கு, மது நமக்கு, மதுநமக்கு விண்ணெலாம்,
மதுரமிக்க ஹரிநமக்கு, மது எனக் கதித்ததலால்;

நிலமெங்கும் கொடு நாகம்
நீளும் வழி பாதாளம்
ஆனாலும் வந்தேன்
அதற்கே நான் வந்தேன்

மது நமக்கு மதியும் நாளும், அது நமக்கு வானமீன்
மது நமக்கு மண்ணும் நீரும், அது நமக்கு மலையெலாம்

குன்றெங்கும் எரிமலை
குறும்புதரில் கொள்ளிவாய்
ஆனாலும் வந்தேன்
அதற்கே நான் வந்தேன்

கடலெங்கும் பேய் அலைகள்
கரையெல்லாம் முதலை
ஆனாலும் வந்தேன்
அதற்கே நான் வந்தேன்

மது நமக்கோர் தோல்வி வெற்றி, மது நமக்கு வினையெலாம்
மது நமக்கு மாதர் இன்பம், மது நமக்கு மது வகை

வனமெல்லாம் புலிக்கூட்டம்
மரந்தோறும் வேதாளம்
ஆனாலும் வந்தேன்
அதற்கே நான் வந்தேன்

வானெங்கும் விஷக்காற்று
திசையெல்லாம் மின்னல்
ஆனாலும் வந்தேன்
ஓரே ஒரு மதுப்போத்தல்
அதற்கே நான் வந்தேன்

மது நமக்கு மதி நமக்கு, மது மனத்தோடாவியும்
மதுரம்மிக்க சிவம் நமக்கு மது எனக் கதித்தலால்.

கவிதை அடிப்படையிலேயே தன்னுள் இசையைக் கொண்டுள்ளது. அன்றும் இன்றும் சில நவீன கவிதைகளில் வலுவான இசைத்துடிப்புகள் உண்டு. சில ஒடுங்கி ஒலிக்கின்றன. ஓசை நயங்கள் மெல்லிய மீட்டல்களாக நாமறியாவண்ணம் நம்மை இப்போதுவரை பின்தொடர்ந்துகொண்டேதான் இருக்கின்றன. பிள்ளை வெறுத்தாலும் வெறுக்காத அன்னை போல.

நவீன கவிதை தன்னுள் இசையை அனுமதிக்க மறுத்த போதும் அது ஒருபோதும் இசை சார்ந்த பரவசங்களைக் கைவிட்டதாகத் தெரியவில்லை. நவீனக் கவிஞர்களின் கவிதைகளில் இசை சார்ந்த படிமங்கள் வந்துகொண்டேதான் இருக்கின்றன். நமது கவிதைகளுக்குள் செவ்வியல் இசைக் கலைஞரான சஞ்சய் சுப்ரமணியன் வந்துவிட்டார். நஸ்ரத் அலிகான் வருகிறார். இளையராஜா இருந்துகொண்டே இருக்கிறார். கீழானது என்று ஒதுக்கப்பட்ட குத்துப் பாட்டை அனுபூதி நிலையில் வைத்துப் பேசிய கவிதை ஒன்று இருக்கிறது. "டங்காமாரி ஊதாரி" என்று கூவிய படியே கானா பாடகனும் வந்து சேர்ந்துவிட்டான்.

இசை தரும் படிமங்கள்

புல்லாங்குழல்
சகல மனிதர்களின்
சோகங்களையும்
துளைகளில் மோதிற்று

கூரை முகட்டிலிருந்து இறங்கிய நாளங்கள்
ரத்தமாய்ப் பெய்தன
அறையெங்கும் இரும்பின் வாசனை

மறுநிமிஷம்
என் உப்புக்கரைந்து எழுந்தது
மல்லிகை மணம்

(ஹரிபிராசத் சௌராஸ்யாவுக்கு)

வெளுத்து வாங்கும் வெங்கோடையில் ஒதுங்க ஓர் இடமாய் சுகுமாரன் எழுதியது:

வயலினிலிருந்து பெருகிய நதியில் மிதந்த
தோணியில் ஓர் இடம்...

தமிழ்நாட்டில் தமிழர்கள் முன் பாடப்படும் பாடல்களில் தமிழே பிரதானமாக இருக்க வேண்டும் என்கிற நோக்கத்துடன்

எழுந்த 'தமிழிசை இயக்கம்' நமது பக்திக் கவிதைகளைப் பண் அமைத்துப் பாடல்களாக பரவச்செய்தது. ஆழ்வார்களும் நாயன்மார்களும் கீர்த்தனை வடிவில் கச்சேரிகளுக்குள் சென்றார்கள். அர்த்தம் விளங்காத அதே பத்துப் பாடல்களைத் திரும்பத் திரும்பக் கேட்கும் தொல்லையிலிருந்து தமிழர்களுக்கு விடுதலை வேண்டும். தமிழில் புதிய கீர்த்தனைகள் நிறைய இயற்றப்பட வேண்டும் என்று வலியுறுத்திய பாரதியின் கவிதைகளே பின்நாள்களில் கீர்த்தனைகளாகிப் புகழ்பெற்றன. பாரதிதாசன் கவிதைகளும் திரையிசை, மெல்லிசை வடிவங்கள் பெற்றன. "துன்பம் நேர்கையில் யாழெடுத்து நீ இன்பம் சேர்க்க மாட்டாயா?" என்கிற பாடல் கர்நாடக சங்கீதக் கச்சேரி களில் இப்போது பிரசித்தம். "நடமாடும் தமிழிசை "என்று போற்றப்பட்ட எம்.எம். தண்டபாணி தேசிகர் இந்தப் பாடலுக்கு இசையமைக்க, தான் இரண்டு ஆண்டுகள் சிந்தித்த தாகச் சொல்கிறார். "பொய்யிலே முக்காற்படி புரட்டிலே காற்படி வையகம் ஏமாறும்படி வைத்துள்ள நூல்களை ஒப்புவதெப்படி?" என்கிற பாரதிதாசனின் வரி, இறையனாரின் திருவிளையாடல்களுக்கும், உலகளந்த பெருமானின் லீலா விநோதங்களுக்கும் இடையில் புகுந்து இப்பொழுது நைஸாக மேடையேறிவிட்டது.

வள்ளலாரின் நிறைய கவிதைகள் இசைப்பாடல்களாக இணையத்தில் கிடைக்கின்றன. "நல்லோர் மனத்தை நடுங்கச் செய்தேனோ?" என்று மழையூர் சதாசிவம் பாடும்போது நாம் கொஞ்சம் கூடுதலாகவே நடுங்கிப் போகிறோம். வள்ளலார் இந்திய இசை வடிவங்களைத் தாண்டி இப்போது மேற்கத்திய இசை வடிவங்களிலும் ஒலிக்கத் தொடங்கியிருக்கிறார். அவர் கவிதைகளுக்கு 'இது நல்ல தருணம்.'

இளையராஜாவின் பாடலை 'யானைக் கூட்டம்' ஒன்று நின்று கேட்டது என்று சொல்வார்கள். நான் அதைச் சந்தேகத்திற்கிடமின்றி நம்புகிறேன். யானையைவிட மனிதன் ரஸத்திலே தேர்ச்சி மிக்கவன்தான். அதிலும் எழுத்தாளன், தானே ரஸத்தைப் படைப்பவன் அல்லவா? ஆகவே, அவனை இசை ஆள்வது இயல்பானது. சில எழுத்தாளர்கள் இசையில் நல்ல பரிச்சயம் மிக்கவர்கள். சிலர் முறைப்படி இசை கற்றவர்கள். சிலர் பொதுவெளியில் பாட விரும்புகிறவர்கள். சிலர் திரைத்துறையில் பாடலாசிரியராகவும் உள்ளனர். 'சர்க்கரை' என்பதை 'ஸக்கரே...!' என்று எழுத வேண்டும் என்கிற சூட்சமம்கூட அவர்களுக்குத் தெரிந்துவிட்டது.

கவிஞர் ரவி சுப்பிரமணியன் சுமார் நூறு தமிழ்க்கவி களின் கவிதைகளை அவரது நண்பர்களின் உதவியுடன்

மெட்டமைத்துப் பாட்டாக்கியுள்ளது ஒரு குறிப்பிடத்தகுந்த முயற்சி. எழுத்தாளர் பெருமாள் முருகன் சமீப நாட்களாகக் கீர்த்தனைகள் செய்கிறார். அதை டி.எம். கிருஷ்ணா தன் கச்சேரிகளில் தொடர்ந்து பாடி வருகிறார். அவருடைய, "நீ மட்டுமே..." என்கிற கீர்த்தனை தமிழ்நாட்டைக் காட்டிலும் கேரளாவில் பிரசித்தி பெற்றிருப்பதைச் சமீபத்திய கேரளப் பயணத்தில் கண்டுகொண்டேன்.

தமிழின் குறிப்பிடத்தகுந்த சிற்றிதழ்களில் ஒன்றான மீட்சி இதழின் 10வது இதழ் இசைச் சிறப்பிதழாகவே வெளி வந்துள்ளது. சமீபத்திய உரையாடலொன்றில் பிரபலப் பாடகர் ஒருவர் இந்த இதழைக் குறிப்பிட்டுப் பேசினார். இங்கு இளையராஜாவின் இசை குறித்து நிறைய எழுதப்பட்டிருக்கின்றன. தமிழ் மட்டுமல்லாமல் வேற்றுமொழி இசைக் கலைஞர்களையும் அறிமுகம் செய்து ஷாஜி தொடர்ந்து எழுதிவருகிறார். நா. மம்மதுவின் இசை சார்ந்த எழுத்துக்கள் தமிழிசையின் பெருமையும் தொன்மையையும் மீட்டெடுத்து அளித்து வருகின்றன. இயக்குநர், ஒளிப்பதிவாளர், புனைவெழுத்தாளர் என்று பன்முகம் காட்டும் செழியன் எழுதியுள்ள 'The music school' என்கிற நூல் மேற்கத்திய இசையைக் கற்றுக்கொள்வதற்கான சிறந்த நூல் என்று சொல்லப் படுகிறது. ஓர் இளம் இசையமைப்பாளர் இந்த நூலைக் கோடிட்டுக் கோடிட்டு வாசித்து மகிழ்ந்ததை நான் அருகிருந்து பார்த்திருக்கிறேன்.

கவிதையில் மட்டுமல்ல உரைநடையிலுமேகூட இசையைத் தவிர்க்க இயலாது என்றே எண்ணுகிறேன். உரைநடையின் கவித்துவத்தைக் கூர்ந்து நோக்கினால் அங்கு இசை புன்னகைத்திருப்பதை காண முடியும். ஒவ்வோர் எழுத்திற்கும் ஓர் ஓசை உண்டல்லவா? எனவே, எழுத்து பாடியே தீரும்.

நான், எப்போது என் மனம் துயரத்தில் வீழ்ந்தாலும் பாரதியைப் புரட்டுவேன். உற்சாகத்தில் துள்ளும் போதும் பாரதியைப் புரட்டுவேன். காதல் போய் விட்டால் பாரதியைப் புரட்டுவேன். கவிதை வரவில்லையெனில் பாரதியைப் புரட்டுவேன். பாரதியைப் புரட்டுவதென்பது பாட்டையும் கவிதையையும் ஒருசேரப் புரட்டுவது.

"என்னை ஒரு பாட்டாகவே மாற்றிவிடு" என்கிறது பெரியசாமித் தூரனின் ஒரு வரி. மனிதன், தான் பாட்டாக மாறும் வாய்ப்பை ஒருபோதும் தவற விட்டுவிடக் கூடாது.

காலச்சுவடு

அன்பெனும் பெருவெளி:
கூட்டுக்களி

'அன்பெனும் பெருவெளி' தமிழ் வாழ்வில் வள்ளலாரின் இடத்தை வகுத்துரைக்கும் ஓர் ஆவணப்படம். தமிழ்ப் பக்தி மரபில் சீர்திருத்தவாதியாக அறியப்படுபவர் அவர். திருவருட்பாவின் ஆறாம் திருமுறையால் ஒரு கவிஞராக உருவெடுத்திருந்தாலும் அவர் பெரும்பாலும் அப்படி எண்ணப்படுவதில்லை. ஆனால், பாரதிக்கு முன்பாகத் தமிழின் குறிப்பிடத்தக்க ஒரு கவியாக அவர் இருந்துள்ளார். துறவியின் தோற்றத்தில் தோன்றினாலும் "மதமான பேய் பிடியாதிருக்க வேண்டும்", "மேல்வருணம் தோல் வருணம் கண்டார் இலை", "குறித்த வேதாகமக் கூச்சலும் அடங்கிற்று" என்பதுபோன்ற, அவர் காலத்திற்கான ஆக்ரோஷமான வரிகளால் புரட்சிக்காரர்போலவே அவர் நினைவு கூரப்பட்டு வருகிறார்.

இந்த ஆவணப் படத்தை வள்ளலார் குறித்த தென்றும், இசை குறித்ததென்றும் இரண்டு விதமாகப் பகுக்கலாம். இரண்டும் தனித்தனியே அமையாமல் ஒன்றுள் ஒன்று அமர்ந்திருப்பதால் கலவையின்பத்தின் மகிழ்ச்சியொன்று நமக்கு வாய்க்கிறது. வள்ளலாரின் ஆறு பாடல்கள் இந்த ஆல்பத்தில் இடம்பெற்றுள்ளன.

நமது பக்திப் பாடல்களுக்கென்று கைக்கொள்ளப்படும் ‘காதலாகிக் கசிந்து கண்ணீர் மல்கி’ என்கிற வழமையான உணர்ச்சிகரத்தைக் கைவிட்டு, ஒரு புத்தம் புதிய பரவசத் துள்ளலில், மேற்கத்திய இசை வடிவங்களின் வழியே உருவாகியுள்ளது இந்த ஆல்பம். ஷான் ரோல்டனின் இசையில் சஞ்சய் சுப்ரமணியன் பாடியுள்ளார். கர்நாடக சங்கீதப் பாடகர் ஒருவர் முதன்முறையாக மேற்கத்திய இசை வகைமைகளை முயன்று பார்த்ததன் அடிப்படையிலும் கவனம் ஈர்ப்பதாக இருக்கிறது இந்த ஆல்பம். படத்தை நண்பர் ரபீக் இஸ்மாயில் இயக்கியுள்ளார். இயக்குநரின் பெயருக்குள்ளிருந்து வள்ளலார் புன்னகைப்பதாகவே எனக்குத் தோன்றுகிறது.

1

மனுநீதிச் சோழனின் வாழ்வைச் சொல்லும் உரைநடை நூல் ஒன்றை, ‘மனுமுறை கண்ட வாசகம்’ என்கிற தலைப்பில் வள்ளலார் இயற்றியுள்ளார். அதில், இடம்பெற்ற பகுதி ஒன்று பாட்டாக மாறிப் பெரும்புகழ் அடைந்தது. “நல்லோர் மனத்தை நடுங்கச் செய்தேனோ? நட்டாற்றில் கையை விட்டுவிட்டேனோ? என்று தொடங்கும் பாடல் அது. கடவுள் என்னை நட்டாற்றில் விட்ட ஒரு நாளில் நான் சொல்லெடுத்து மாரடிக்கத் தொடங்கினேன். ஒப்பாரி ஓய்ந்து முடிகையில் அந்தக் கவிதையில் இன்னொரு கவிஞரின் முகம் தெரிந்தது. பொதுவாக இதுபோல் இன்னொரு கவியின் சாயல் விழுந்தால் அந்தக் கவிதையைக் கிழித்தெறிந்துவிடுவேன். ஆனால், அன்று அத்தனை கசப்பையும் மீறி வள்ளலாரின் சத்தத்தைத் தொட்டுவிட்டேன் என்கிற பூரிப்பே மேலெழுந்தது.

இப்பிறப்பு

எவன் குவளை நீரைத் தட்டிவிட்டேன்
எவன் குடிசைக்குத் தீ வைத்தேன்
எந்த தெய்வத்தை நிந்தித்தேன்
எந்த பத்தினியின் விரதத்தைக் கலைத்தேன்
எந்த சொல்லால் எவன் நெஞ்சைச் சிதைத்தேன்
எந்த சிறுமியை வல்லாங்கு செய்தேன்
எந்த குருடனுக்குப் புதைகுழிக்கு வழி சொன்னேன்
எந்த சூலியின் நிறைவயிற்றைக் கிழித்தேன்
எந்த தூளிக்குள் அனலள்ளிப் போட்டேன்
எந்த நண்பனின் புறங்கழுத்தைக் கடித்தேன்
எவன் தொடைச்சதைக்கு நன்றி மறந்தேன்
எப்பிறப்பில் எவன் குடியறுத்ததற்கு இப்பிறப்பு

“சும்மா இருக்கும் சுகம்” என்பது வள்ளலாரின் மிக ஆழமான ஒரு வரி. சும்மா இருப்பது அவ்வளவு சுலபமல்ல என்பதால் உருவான ஆழம் அது. சமீபத்திய ஆண்டுகளில் நான் எழுதிய கவிதைகள் சிலவற்றில் இந்த வரியின் சுகந்தம் உண்டு.

“யாரினும் கடையேன்” என்பது நான் புனைந்துகொள்ள ஆசை கொண்ட ஒரு பெயர். அந்தப் பெயரில் புன்னகை இதழுக்கு ஒரு கவிதைகூட அனுப்பியதாக நினைவு. குழு நடனத்தில் கட்டக் கடைசியாக ஆடும் ஒருவனைப் பற்றிய கவிதையது. கவிஞரின் பெயரேதான் அந்தக் கவிதைக்குத் தலைப்பும். ஆனால், என் முழுத்தொகுப்பில் ஏனோ அந்தக் கவிதையைக் காணவில்லை. ஒருவேளை கத்தரிக்குப் போயிருக்கலாம். தன்னைத் தாழ்த்திக் கொள்கையில் அல்லது அப்படி பாவனை செய்கையில் மனிதனுக்கு ஏதோ ஒன்று நிறைகிறது. உடனடியாக ஒரு பாவமன்னிப்பு கிடைத்துவிடுகிறது. அகந்தையை அழித்துவிட்டது போன்ற மிதப்பு அவனுக்கு அவசியமாகிறது.

யாரினும் கடையேன் யாரினும் சிறியேன்
என் பிழை பொறுப்பவர் யாரே
பாரினும் பெரிதாம் பொறுமையோய் நீயே
பாவியேன் பிழை பொறுத்திலையேல்
ஊரினும் புகுத ஒண்ணுமோ பாவி
உடம்பை வைத்துலாவவும் படுமோ
சேரினும் எனைத்தான் சேர்த்திடார் பொதுவாம்
தெய்வத்துக் கடாதவன் என்றே.

(திருவருட்பா)

இந்த நிலத்தைக் காட்டிலும் பொறுமைமிக்க நீயே என் பிழைகளைப் பொறுக்காவிடில் யாரினும் கடைய, யாரினும் சிறிய பாவி நான் ஊருக்குள் புகுவதுதான் எப்படி? எனை எளிய மனிதர்கள் பொறுப்பதுதான் எப்படி?

மனிதன் காண அஞ்சும் அவனது பெருத்த சுயநலத்தின் முன் ஒரு பிசாசைப் போல் வள்ளலார் தோன்றி மறையும் காட்சி ஒன்று என் கவிதையில் உண்டு.

உன்னுடையதில்லை அல்லவா?
என்னுடையதா?
என்னுடையதா?
நெஞ்சு கிடந்து அடித்துக்கொண்டது

அதே செவலை நிறம்
அதே வால் சுழி

எந்தச் சக்கரத்திற்கும்
அசைந்து தராமல்
சாலையோரம் கிடக்கிறது

தயங்கித் தயங்கி நெருங்கி
தலைகுனிந்து நோக்கினேன்

நீண்டதொரு பெருமூச்சில்
இயல்பிற்குத் திரும்பிய கணத்தில்
சட்டென
அங்கே தோன்றி மறைந்தார்

வெள்ளை முக்காடிட்ட ஒரு துறவி
வெள்ளை முக்காடிட்ட ஒரு பிசாசு

என்னைப்போன்றே இன்று எழுதிக்கொண்டிருக்கும் பலரின் கவிதைகளிலும் அவர்கள் அறிந்தும் அறியாமலும் வள்ளலார் தொடர்ந்து வரக்கூடும் என்றே நம்புகிறேன். இந்தப் படத்தில் ஆ.இரா. வேங்கடாசலபதி சொல்வதுபோல் அவர் மக்கள் கவியாகவும் இருக்கிறார். அவரது சில கவிதைகள் பொது நினைவில் கலந்துவிட்டவை. "வாடிய பயிரைக் கண்டபோதெல்லாம் வாடினேன்" என்கிற வரி கொலைகாரனுக்குக்கூட மனப்பாடம்.

நாம் இன்பமென்றும் சுகமென்றும் எண்ணி மாய்பவை களைக் கண்டு வருந்தி அழுகிறார் வள்ளலார். நம் அறியாமை கண்டு அஞ்சி அஞ்சி நடுங்குகிறார். அவர் எதற்கெல்லாம் நடுங்குகிறார் என்பதை வாசிக்கையில், அவர்மீது ஒரு பித்தனின் சாயல் விழுந்துவிடுகிறது. உலக உயிர்கள் மீதான அவரது பேரன்பு அவரை எப்போதும் தீராத பதற்றத்திலேயே வைத்துள்ளது. அழகிய பெண்களைக் கண்டால் அறைக்குள் சென்று ஒளிந்துகொள்கிறார். சினம் கொண்டு சீறும் மனிதரை, சத்தமாகப் பேசுகிற மனிதரை அஞ்சுகிறார். வேகமாக நடந்துசெல்லும் மனிதர்களுக்கும், அப்படி நடக்கையில் காற்றில் அலையும் அவர் ஆடைகளுக்கும் அஞ்சியுள்ளார். மென்மையான பட்டின் உள்ளிருக்கும் பகட்டிற்கு அழுகிறார். குதிரை வண்டியைப் பார்த்தால்கூட ஐயோ 'சொகுசு' வருகிறதென்று அஞ்சி ஓடுகிறார். அன்பளிப்பைப் பெற அஞ்சுகிறார். பெற்ற அதைத் தூர எறிகிறார். எறிந்துவிட்ட அதை அன்பின் நிமித்தம் திரும்பவும் தேடியலைகிறார்.

என்புடைவந்தார் தம்முகம் நோக்கி
என்கொலோ என்கொலோ இவர்தாம்
துன்புடையவரோ இன்புடையவரோ
சொல்லுவ தென்னையோ என்றே

வன்புடை மனது கலங்கி அங்கவரை
வா எனல் மறந்தனன் எந்தாய்
அன்புடையவரைக் கண்ட போதெல்லாம்
என்கொலோ என்று அயர்ந்தேனே.

(திருவருட்பா)

அன்பு கொண்டு என்னைக் காணவரும் ஒருவரைக் கண்டவுடன் ஐயோ! இந்த உயிர் இன்பமுடையதோ? அல்லது துன்பமுடையதோ? இப்போது என்ன சொல்லப் போகிறதோ? என்கிற கலக்கதில் அவர்களை, “வா” என்று அழைக்கக்கூட மறந்துவிடுகிறேன்.

தமிழ்ப் பக்திக் கவிதைகள் காதல் ரஸமும் கலந்தவைதான். வள்ளலாரிலும் அது தொடர்கிறது. இறைவனை நாயகனாகவும், தன்னை நாயகியாகவும் பாவித்து இவரும் பல கவிதைகள் புனைந்துள்ளார். “ஆசை வெட்கமறியாதது” என்கிற பழமொழியை ஆமோதிக்கிற வரிகள் இதில் உண்டு. தோழி தலைவியின் பித்துரைத்த வரிகள் இவை:

என்னுயிரில் கலந்துகொண்டார் வரில் அவர்தாம் இருக்க
இடம்புனைக என்கின்றாள் இச்சை மயமாகித்
தன்னுயிர் தன்உடல் மறந்தாள் இருந்தறியாள் படுத்தும்
தரித்தறியாள் எழுந்தெழுந்து தனித்தொருசார் திரிவாள்
அன்னமுண அழைத்தாலும் கேட்பதிலாள் உலகில்
அணங்கனையார் அதிசயிக்கும் குணங்கள் பல பெற்றாள்
மின்னிவளை விழைவதுண்டேல் வாய்மலர வேண்டும்
மெய்ப்பொதுவில் நடம்புரியும் மிகப்பெரிய துரையே.

என் நாயகன் எப்படியும் வந்துவிடுவார். அவர் வந்தால் இருக்க என்று இப்போதே ஒரு தனியிடத்தைத் தயார் செய்யுங்கள் என்று ஆணையிடுகிறாள். தன் உடல் மறந்து, உயிர் மறந்து பரிதவிக்கிறாள். அவளால், சற்று நேரம்கூட ஓரிடத்தில் அமர முடியவில்லை. படுத்தாலும் உறக்கம் கொள்ள வில்லை . இரவுகளில் தனித்தலைந்து வருந்துகிறாள். உடல் அவள் பசியை அறிவதில்லை. உணவுண்ண அழைத்தாலுல் அவள் காதில் அது விழுவதில்லை.

தலைவனான இறைவனை இரட்டைத் தாழ்பாள் போட்டுப் பூட்டி வைக்கிறாள் ஒருத்தி.

சின்ன வயதில் என்னைச் சேர்ந்தார் புன்னகையோடு
சென்றார் தயவால் இன்று வந்தார் இவர்க்கார் ஈடு
என்னை விட்டினி இவர் எப்படிப் போவார் ஓடு
இந்தக் கதவை மூடு இரட்டைத் தாட்கோலைப் போடு.

பேராசைப் பேய் பிடித்து வருத்துகிறது ஒருத்தியை:

ஊராசை உடலாசை உயிர்பொருளின் ஆசை
உற்றவர் பெற்றவராசை ஒன்றுமிலாள் உமது
பேராசைப் பேய்பிடித்தாள் கள்ளுண்டு பிதற்றும்
பிச்சிஎனப் பிதற்றுகின்றாள் பிறர்பெயர் கேட்டிடிலோ
நாராசஞ் செவிபுகுந்தால் என்ன நலிகின்றாள்
நாடறிந்ததிது எல்லாம் நங்கை இவள் அளவில்
நீர்ஆசைப் பட்டதுண்டேல் வாய்மலர வேண்டும்
நித்தியமா மணிமன்றில் நிகழ்பெரிய துரையே.

அழகியரைக் கண்டால் ஓடிபோய் அறைக்குள் பூட்டிக்கொள்ளும் கவிஞரின் கவிதை ஒன்று வினோதமானது. பாடலின் இரண்டாவது வரியை வாசித்ததும் வாசிப்பது அருட்பா தானா என்று அட்டையைத் திருப்பிப் பார்க்க வைப்பது. "ஸ்வாமீ... தாங்களா?" என்று புன்னகைத்தபடியே வினவவைப்பது. ஸ்வாமியும் நம்மைப் போன்றே சாமானிய னாகத் தெரிவதால் இப்பாடலில் ஒருவித சினேக பாவம் உருவாகிவிடுகிறது.

வெய்யலிலெ நடந்திளைப்பு மேவிய அக்கணத்தே
மிகு நிழலும் தண்ணமுதும் தந்த அருள் விளைவே
மையல் சிறிது உற்றிடத்தே மடந்தையர்கள் தாமே
வலிந்து வரச் செய்வித்த மாண்புடைய நட்பே
கையறவால் கலங்கியபோது அக்கணத்தே போந்து
கையறவு தவிர்த்தருளிக் காத்தளித்த துரையே
ஐயமுறேல் என்றெனை ஆண்டு அமுதளித்த பதியே
அம்பலத்தென் அரசே என் அலங்கல் அணிந்தருளே!

கவிஞர் இறைவனைத்தான் போற்றுகிறார். அவர் கோத்தளிக்கும் பா மாலையை அணிந்துகொள்ளச் சொல்லி மன்றாடுகிறார். ஒருவன் ஒரு மடந்தை மேல் கொஞ்சமே மையல் கொண்டாலும், அவள் தானே வந்து அவன் மடி சேருமாறு செய்வானே ஒரு மாண்புடைய நண்பன், அவனைப் போன்ற இறைவனே என்று துதிக்கிறார்.

நெருப்பென்று சொன்னால் வாயா வெந்துவிடப் போகிறது? உவமைக்குச் சொன்னால் உலகா அழிந்துவிடப் போகிறது? பரவாயில்லை, வள்ளலார் காலத்தில் அப்படி ஓர் இனம் வாழ்ந்து வந்திருக்கிறது. நமது நண்பர்களைக் குறித்தோ சொல்லத் தேவையில்லை.

தமிழ் மாணவர் எல்லோரையும்போல எனக்கும் வள்ளலார் அறிமுகம் ஆனது, "கோடையிலே இளைப்பாற்றி" என்கிற பாட்டில்தான். பள்ளியில், அந்தப் பாடலைப் படித்தபோதே என்னவென்றறியாத ஒருவிதப் பரவசம் நிகழ்ந்தது. பின்னாட்களில் பலமுறை வாசிக்கும்போதும் அதன்

பரவசம் குறைந்தபாடில்லை. வெறுமனே ஒரு பக்திப் பாடல் என்றில்லாமல் நம் வாழ்வின் எல்லாக் கோடைகளுக்குமான கனிந்த நிழலாகக் கூடவே வரும் பாடல் அது. டாஸ்மாக் பார் ஒன்றில் கன்னங்களில் நீர் வழிய இப்பாடலின் முதல் வரியை அரற்றிக் கொண்டிருந்த முதியவர் ஒருவரை நான் பார்த்திருக்கிறேன்.

கோடையிலே இளைப்பாற்றிக் கொள்ளும்வகை கிடைத்த
குளிர்தருவே தருநிழலே நிழல்கனிந்த கனியே
ஓடையிலே ஊறுகின்ற தீஞ்சுவைத் தண்ணீரே
உகந்த தண்ணீர் இடைமலர்ந்த சுகந்த மணமலரே
மேடையிலே வீசுகின்ற மெல்லிய பூங்காற்றே
மென்காற்றில் விளைசுகமே சுகத்தில் உறும்பயனே
ஆடையிலே எனை மணந்த மணவாளா பொதுவில்
ஆடுகின்ற அரசே என் அலங்கல் அணிந்தருளே.

மனிதன் என்னென்னவோ தொழில் செய்கிறான். அவன் பிறந்தது முதல் மடிவது வரை அனுதினமும் செய்கிற தொழில் ஒன்றுண்டு. அவனால் செய்யாமல் இருக்க முடியவே முடியாத ஒரு தொழில். அது ஏங்குவது:

தூங்குகின்றதே சுகம் என அறிந்தேன்
சோறதே பெறும் பேறதென்று உணர்ந்தேன்
ஏங்குகின்றதே தொழிலெனப் பிடித்தேன்
இரக்கின்றோர்களே என்னினும் அவர்பால்
வாங்குகின்றதே பொருள் என வலித்தேன்
வஞ்ச நெஞ்சினால் பஞ்செனப் பறந்தேன்
ஓங்குகின்றதற்கு என் செயக் கடவேன்
உடையவா எனை உவந்து கொண் டருளே.

தூக்கத்தையே சுகம் எனக் கொண்டேன். சோறே பெரும் பேறேன நினைந்தேன். ஏங்கி ஏங்கி அழிவதையே தொழிலாகப் பிடித்தேன். இரப்போரிடத்தும் இரந்து நின்று பொருள் பெற்றேன்.

வஞ்ச நெஞ்சம் என்பது கரையாத கல் போன்றதல்லவா? திட்டங்களில் தேர்ந்தது அல்லவா? ஆனால், அவ்வளவு திடமும் ஒரு பாவனைதான். அது உள்ளே நடுங்கிக்கொண்டுதான் இருக்கிறது. ஆகவே அதைப் பஞ்சாக்கிப் பறக்கவைத்துவிடுகிறார் வள்ளலார்... "வஞ்ச நெஞ்சினால் பஞ்செனப் பறந்தேன்..."

"ஏறுகின்றேம் என மதித்தே இறங்குகின்ற கடையேன்" என்கிறது அவரது இன்னொரு வரி.

இவ்வளவுக்கும் மத்தியில் நான் வந்து ஏன் பிறந்தேன் என்று கண்ணீர் வடிக்கும் சாமானியர்கள் உண்டு. மெய்ஞானத் தேடலிலும் இதே கேள்வி உண்டு.

விளக்கறியா இருட்டறையில் கவிழ்ந்து கிடந்தழுது
விம்முகின்ற குழவியினும் மிகப்பெரிதும் சிறியேன்
அளக்கறியா துயர்க்கடலில் விழுந்து நெடுங்காலம்
அலைந்தலைந்து மெலிந்த துரும்பதனின் மிகத் துரும்பேன்
கிளக்கறியாக் கொடுமை எலாம் கிளைத்த பழுமரத்தேன்
கெடுமதியேன் கடுமையினேன் கிறிபேசும் வெறியேன்
களக்கறியாப் புவியிடை நான் ஏன் பிறந்தேன் அந்தோ
கருணை நடத்தரசே நின் கருத்தை அறியேனே.

வள்ளலார் கவிதையில். ‘சந்தைக் கடை நாய்’ ஒன்று வருகிறது. உலகியல் இச்சைகளின் முன் சலவாய் ஒழுக்கியபடி அங்கும் இங்கும் ஓடித்திரியும் ஒரு நாய். அவர் கவிதையில் மனித மனத்தின் எளிய குறியீடுபோல் வந்த அந்த நாய் நமது காலத்தில் கொழுகொழுவென்று வளர்ந்துவிட்டது. நமது சந்தை மிகப்பெரியது மட்டுமல்ல; மிக நுண்ணியதும்கூட. “Big Billions days sale”, “Great Indian festival” என்பதாக சந்தை இப்போது நாயின் பாக்கெட்டுக்குள் வந்துவிட்டது. மனசு சரியில்லை என்றால் புதுச்சட்டை வாங்கும் அலுவலக நண்பர் ஒருவர் எனக்குண்டு. அந்தப் புதுச்சட்டைகளை வைக்க அவர் புதிதாக ‘பீரோ’ வாங்கினார். அந்த பீரோக்களை வைக்க விரைவில் அவர் ஒரு வீடு வாங்குவார் என்று நினைக்கிறேன். குழாய் உடைந்து தண்ணீர் பீய்ச்சியடிக்கையில் கைகளுக்குச் சிக்கும் எதையாவது கொண்டு அதை அடைக்கப் பார்ப்பதுபோல ஆகிவிட்டது நமதிந்தக் காலம்.

2

‘அன்பெனும் பெருவெளி’ யில் வள்ளலாரின் கவிதைகளிலிருந்து சில வரிகளைத் தேர்ந்தெடுத்து அதை ஆறு பாடல்களாக ஆக்கியுள்ளார்கள். பாடல்கள் உருவான விதமும் படமாக்கப் பட்டுள்ளன. நமது சூழலில் பாடல்கள் நிறையக் கொட்டிக் கிடக்கின்றன. அவை உருவான விதம் குறித்த பேச்சுகளும் அதிகம். ஆனால், அவை நிகழ, நிகழக் காட்டும் நேரடிக் காட்சிகள் குறைவு. கேட்பதோடல்லாமல் இசையைப் பார்ப்ப தென்பது மேலான இன்பத்திற்கு நம்மை இழுத்துச் செல்வதாகும்.

எனக்கு ஒரு முறை நிறைவேற வாய்ப்பேயில்லாத, வினோதக் கனவு போல ஒரு எண்ணம் தோன்றியது. ‘திருவிளையாடல்’, ‘கந்தன் கருணை’ போன்ற படங்களின் பாடல் உருவாக்கத்தைப் பார்க்கும் வாய்ப்புக் கிட்டி யிருந்தால் எப்படி இருந்திருக்கும்? கே.வி. மகாதேவன், டி.எம். எஸ், கே.பி. சுந்தராம்பாள், கண்ணதாசன், பாலமுரளிகிருஷ்ணா, டி.ஆர். மகாலிங்கம்... எவ்வளவு மகத்தான நாளாக அது

இருந்திருக்கும்! "சக்தி வடிவேலொடும், தத்து மயிலேறிடும் சண்முகனை" நேரில் கண்டிருந்தால் எப்படி இருந்திருக்கும்! "உன் தத்துவம் தவறென்று சொல்லவும் அவ்வையின் தமிழுக்கு உரிமையுண்டு" என்று கே.பி.எஸ் முழங்குவதை எதிர் நின்று கேட்டிருந்தால் எப்படி இருந்திருக்கும்!

பாடல்களுக்கு உண்மையில் கவிதை பிரதானமாக இருப்பதில்லை. வாய்த்தால் நல்லது, வாய்க்கவிட்டாலும் பாதகமில்லை என்பது போன்றதான நிலைதான் இங்குள்ளது. கோடிட்ட இடங்களை நிரப்புவதுபோல டியூனைக் கச்சிதமாக நிரப்பும் சொற்கள் போதும் நமது இசையமைப்பாளர்களுக்கு. பாரதி, வள்ளலார் போன்ற கவிகளின் சொற்கள் பாடல்களாகும்போது, அங்கு இசையும் சொல்லும் ஆரத்தழுவும் ஒரு கூட்டுக்களி நிகழ்ந்துவிடுகிறது.

சஞ்சய், ஷான் ரோல்டன் இருவரும் எனக்குப் பிடித்த இசைக்கலைஞர்கள். இருவரையும் நான் தனித்தனியேதான் கண்டடைந்தேன். ஷானுக்கும் சஞ்சய்க்கும் இருக்கிற பந்தத்தை அறிகையில் அது ஓர் இனிய ஆச்சரியமாகத்தான் எனக்கு இருந்தது. சஞ்சய் நேரடியாகவே என் கவிதைகளுக்குள் இடம் பெற்றுள்ளார். அவர் முகமாக வாராமல் உணர்வாக அளித்த கவிதைகளும் என்னிடத்தில் உண்டு. 'ஜோக்கர்' படத்தில் இடம்பெற்ற, "செல்லம்மா எஞ் செல்லம்மா" பாடலிலிருந்து 'ஷானை' நான் பின்தொடர்கிறேன். அவர் இசையில் மட்டுமல்ல குரலிலும் எனக்கு மயக்கமுண்டு. அவர் என் வாட்ஸ் அப், பேஸ் புக் DP க்களைச் சில முறை அலங்கரித்திருக்கிறார். ஆகவே என்னளவில் இந்த ஆல்பம், காதலர் இருவர் கருத்தொருமித்தாக்கிய ஆக்கம்.

இசையால் ஒரு சாதாரண வரியைக்கூடச் சிறப்பான வரிபோல் ஆக்கிவிட முடிகிறது. "தருமமிகு சென்னையில் கந்த கொட்டத்துள் வளர் தலமோங்கு கந்த வேளே!" என்கிற வரியில் உள்ளது ஓர் எளிய விளிப்புதான். ஆனால், அது பாட்டில் ஏறுகையில் ஒரு மேலான வரி போன்ற மயக்கம் தோன்றிவிடுகிறது. இந்த ஆல்பத்தில்விடச் சபாக்களில் இன்னும் ஆக்ரோஷமாக இந்த வரிகளைப் பாடுவார் சஞ்சய். "சென்னைனா... இந்த ஆழ்வார்பேட்ட, தேனாம்பேட்டயெல்லாம் இருக்குமே அந்தச் சென்னைதான இது"? என்று கேட்கத் தோன்றுமளவு இருக்கும் அந்த ஆவேசம்.

ஒரு கிடார் துண்டை, "பூன வழுக்கி விழுந்த மாதிரி இருக்கு" என்று சொல்லிவிட்டுச் சிரிக்கிறார் ஷான். அருட்பெருஞ்ஜோதி பாடலின் கிடார் கோர்வைகளைக்

கேட்கையில் எனக்கு இன்னொரு உவமை தோன்றிற்று. "அரவ மிஷினுக்குள்ள அஞ்சாறு கிதாரத் தூக்கிப் போட்டமாதிரி..." அவ்வளவு வேகம்! அவ்வளவு முயக்கம்! வித்துவத்தில் தேர்ந்த அரவை மிஷின் அது.

டிரம்மர்கள் ஆவேச மிகுதியால் ஸ்டிக்கை அந்தரத்தில் எறிந்து பிடிக்கும் காட்சி அடிக்கடி நாம் பார்க்கக் கிடைப்பது. ஆனால், இந்தப் படத்தில் டிரம்மர் ஸ்டிக் வைத்திருக்கும் கையை மெதுவாக மிக மெதுவாக சுழற்றும் காட்சி ஒன்று உண்டு. என்னளவில் பறக்கும் குச்சிக்கு நிகரான காட்சியது. அப்போது, அவர் எதையும் வாசிக்கவில்லை. இல்லை, அப்படி சொல்ல முடியவில்லை. நம் காதில் அது விழவில்லை என்று சொல்லலாம். அப்படியும் சொல்லி விட முடியாது. அதுவும் சேர்ந்துதான் தாளம் உருவாகிறது. அந்தரத்தில் பறக்கும் குச்சியும் சேர்ந்ததுதான் டிரம்ஸின் தாளம்.

"இது நல்ல தருணம்" பாடலின் இறுதியில் இசை கொட்டி முழங்குகிறது. கொஞ்சம் கொஞ்சமாக ஏறி, ஏறி உச்சத்தில் சென்று சட்டென நின்றுவிடுகிறது பாடல். அப்படி சட்டென நிற்கையில் தூக்கிய கைகளைத் தூக்கிய கதியிலேயே வைத்திருக்கும் டிரம்மரின் காட்சியோடு அந்தப் பாடல் முடிகிறது. வாத்தியத்திலிருந்து தூர நிற்கும் அவரது கைகளும் ஒன்றை வாசிக்கவே செய்கின்றன. சமீப நாட்களில் தாளக்கிறுக்கு முற்றியிருக்கும் எனக்கு அது தெளிவாகக் கேட்கிறது. அந்தக் காட்சி எனக்கொரு கவிதையையும் அளித்தது.

அங்கு

கொட்டு கொட்டென்று
கொட்டித் தீர்த்த இசை

சட்டென
நின்றுவிட்டது

நிசப்தமும்
முழக்கத்திற்குப் பிறகான நிசப்தமும்
ஒன்றல்ல

வாத்தியக்காரன்
வாத்தியத்திலிருந்து
கையைத் தூக்கிவிட்ட பிறகு
உருவாகும் தாளமே!

நீ
அங்கென்னைக் கூட்டிச் செல்!

சஞ்சய் இந்த ஆல்பத்தை தன்னுடைய "Life changing moment" என்கிறார். ஒரு துறையில் விற்பன்னராக இருக்கும் ஒருவர் இன்னொரு துறையில் புதிதாக நுழையும்போது ஒரு வகையில் அவர் மீண்டும் மாணவர் ஆகிறார். மாணவர் ஆவதைக் கீழிறங்குவது என்று நம்புவதே நமது பொதுப்புத்தியாக உள்ளது. கர்நாடக இசை மரபில் வழங்கப்படும் உயரிய விருதான, 'சங்கீத கலாநிதி' விருதைப் பெற்றவர் சஞ்சய். எழுந்து நின்றால் உத்தரத்தை உரசும் அளவு உயரமான விருது அது. அந்தக் கிரீடத்தைக் கழற்றி வைப்பது அவ்வளவு சுலபமல்ல. ஆனால், சஞ்சய் அதைக் கழற்றி வைத்ததன் மூலம் உருவான காற்றோட்டம், அவர் நெஞ்சை நிறைத்திருப்பதை இந்தப் பாடல்களில் உணர முடிகிறது.

"ததும்பி நிறைகின்ற அமுதே!" என்று என்று சஞ்சய் பாடுகையில், நிஜமாகவே அங்கொன்று ததும்பி நிறைந்து விடுகிறது.

புத்தகங்கள்

பிறர் என்றொருவரில்லை
[தோழர் தியாகுவின்
'சுவருக்குள் சித்திரங்கள்']

ஒரு முறை நண்பர்களோடு தோழர் தியாகுவைச் சந்திக்கப் பொள்ளாச்சி சென்றோம். தியாகுவின் சிறை இலக்கியங்கள் இரண்டையும் சினிமாவாக்குவதற்கான ஒப்பந்தத்தில் கையெழுத்துப் பெற்று வருவதுதான் பயணத்தின் நோக்கம். நண்பர் சாம்ராஜ் அதற்குரிய பத்திரங்களைத் தயார்செய்து எடுத்து வந்திருந்தார். சாட்சியாக, சாம்ராஜ் தரப்பில் சாம்சன் கையொப்பமிட்டார். தோழர் தரப்பில் கையெழுத்திட அப்போது யாரும் இல்லை. எனவே, அவர் வீதிக்குச் சென்று ஆள்கள் யாராவது வருகிறார்களா என்று பார்த்தார். யாருமில்லை. கொஞ்ச தூரத்தில் ஒரு கோவில் இருந்தது. அங்கிருந்த ஒரு பக்தையிடம், "இங்க பாருங்கம்மா... இதுல ஒரு கையெழுத்துப் போடுங்க. ஒரு சாட்சிக்குத்தான்..." என்றார். பக்தை திருதிருவென விழித்தார். முன்பின் அறியாத ஒருவர் கையெழுத்துக் கேட்டால் யார் போடுவார்கள்? அதுவும் பத்திரத்தில்? அதுவும் தோழர் கேட்டால்? பக்தை அலறாமல் இருந்ததுதான் எனக்கு ஆச்சரியமாக இருந்தது. அதற்குள் தோழரின் உறவினர் ஒருவரையே வரவைத்து அந்தப் பேராபத்திலிருந்து பக்தையைக் காத்தருளிவிட்டாள் மாரியம்மன். இந்த நிகழ்வை வேடிக்கையாகத் தம்பி விஷால் ராஜாவிடம்

சொன்னேன். தியாகத்தை வேடிக்கை பேசுவதில் நமக்குத் தனி இன்பம் உண்டு. அப்போது, நாமும் தியாகிக்குச் சரிநிகர் ஆகிவிடுகிறோம். ஒருபடி மேலேயும் ஏறிக்கொள்கிறோம் என்பதால் உரையாடல் இனிக்கவே செய்யும். அதற்கு அவன் சொன்னான், "அவர் தோழர். அவருக்கு அந்நியர் என்று யாரும் இல்லை அல்லவா? அதனால் அப்படித்தான் கேட்பார்." அவனும் வேடிக்கையாகத்தான் பதில் அளித்தான். நான்தான் கொஞ்சம் கலங்கிவிட்டேன். இவர்களுக்கும் சேர்த்துத்தானே நாம் போராடினோம்? இவர்களுக்கும் சேர்த்துத்தானே நாம் பட்டினி கிடந்தோம்? இவர்களுக்கும் சேர்த்துதானே அரிதினும் அரிதான இளமையை அழித்துக்கொண்டோம்? இவர்களுக்காகவும்தானே நிர்வாணப் படுத்தப்பட்டோம்? எல்லா மனிதனின் விடுதலைக்கும் சேர்த்துத்தானே நாம் தூக்குத் தண்டனை விதிக்கப்பட்ட பிறகும் இடையறாது போராடினோம்? நமக்காக ஒரு சாதாரணக் கையெழுத்துப் போடமாட்டார்களா என்று அவர் எண்ணியிருக்கக் கூடுமல்லவா?

உண்மையிலேயே ஒரு கம்யூனிஸ்ட்டுக்குப் பிறர் என்று ஒருவர் இல்லையா? மூர்க்கமான எதிரிகளே உண்டல்லவா? 'வர்க்க எதிரிகள்' என்று அவர்களைச் சொல்கிறார்கள். வர்க்கத்தின் குணாதிசயங்கள் வெளிப்படுவதால் அவர்கள் எதிரிகள். அவர்களை விடுத்து ஏனைய எல்லோரையும் 'பிறர்' என்கிற பேதமின்றி நேசிப்பது என்பதாக இதைக் கூடுதலாக புரிந்துகொள்ளலாம்.

வாடிய பயிரைக் கண்டபோதெல்லாம் வாடிய ஒரு சாமியாரும், வறியவரை வாட்டியெடுப்பவனை அழித்தொழிக்கப் போகிறேன் என்று கிளம்பும் ஒரு போராளியும் தோராயமாகத் தோழர்கள்போல்தான் தெரிகிறார்கள் அல்லவா? வெவ்வேறு வழிகளில் கிளம்பிப்போகும் இவர்கள், நம் கண்மறையும் தூரத்தில் ஏதாவது ஒரு சந்துக்குள் நின்றுகொண்டு, தோள்மேல் கைபோட்டு, கொஞ்சநேரம் பேசிக்கொண்டிருக்க வாய்ப்புகள் உண்டு என்றே சந்தேகிக்கிறேன். அகிம்சை வழிக்காரர்கள் வர்க்க உணர்வுகளை அழிக்க முயல்கிறார்கள். ஆயுதப் போராட்டம் அந்த ஆளையே அழித்தொழிக்க முனைகிறது.

இந்த நூலையொட்டி இரண்டு விதமாகப் பேசலாம். ஒன்று, மார்க்சியத்தின் அடிப்படைகள். அதன் தத்துவ விளக்கங்கள். புரட்சியின் அவசியம். அதன் சரித்திர வெற்றிகள். அது சிதறுண்ட கோலங்கள். ஆயுதப் போராட்டங்கள். அகிம்சை வழி வாய்ப்புகள்... இப்படிப் பேசலாம். மற்றொன்று இந்த நூலின்

வழி காட்சிக்கு வரும் மனித வாழ்வு குறித்த விசாரணைகள். முதலாவது முறையில், திடமாக என் கருத்தை முன்வைத்துப் பேசுமளவு மார்க்சியத்தில் என் வாசிப்பு அவ்வளவு பரந்து பட்டதாக இல்லை. இப்போதும் உயரமான இடத்தில் எங்கேனும் செங்கொடி பறப்பதைப் பார்த்தால் இறும்பூதடைபவன்தான். கேரளத்துள் நுழைகையில், தேசப்பற்றுக்கு ஆளாபவன்தான். ஆனால், இவையாவும் உணர்ச்சிகரமானவை. மார்க்சியம் என்கிற கவித்துமான கனவின் வழி வந்துசேர்ந்திருக்கும் உணர்ச்சிகரம் அது. முதலாவது வழியில் பேச இது மட்டும் போதாது. ஆகவே இரண்டாவது வழியைத் தேர்ந்தெடுத் திருக்கிறேன். இதையொட்டி ஒரு விசயத்தைக் குறிப்பிட விரும்புகிறேன். மார்க்சியர்கள் என்கிற பலரும் உணர்ச்சிகரத் தால் ஈர்க்கபட்டவர்களே ஒழிய மார்க்சிய மூல நூல்களைக் கற்றுத் தேர்ந்தவர்கள் அல்லர். ஆயுதப் போராட்டத்தை முன்னெடுத்து அதனால் சிறையுண்டு வாழ்வையே பலி கொடுத்து நிற்கும் தோழர்கள் யாரும் மூல நூல்களை வாசித்திருக்கவில்லை என்று இந்த நூலிலேயே ஓர் இடத்தில் குறிப்பிடப்படுகிறது. நமது தோழர் தியாகுவேகூட அப்படித்தான். “என்னைப் பொறுத்தவரை மார்க்சிய விஞ்ஞானத்துடன் உண்மையான முதல் பரிட்சயம் என்பதே சிறையில் அதுவும் மரணதண்டனைக் கொட்டடியில்தான் ஏற்பட்டது என்பதைத் தயங்காமல் ஏற்றுக்கொள்வேன்”. *(பக்; 263)*. ஒரு சித்தாந்தத்தைக் கற்காமலேயே அதன் நிமித்தம் தன் உயிரையே பலியிடவும், இன்னோர் உயிரைச் சூறையாடவும் தூண்டும் அடிப்படைக் கவர்ச்சிகரம் ஒன்று மார்க்சியத்தில் உள்ளது. அது மேலோட்டமான கவர்ச்சிகரம்தானா? அதைக் கவித்துவம் என்ற சொல்லால் விளிக்கலாகாதா?

அடிப்படையில் நானொரு சிவாஜி ரசிகன் என்பதால் நூலை வாசிக்கையில் எந்த இடத்திலும் அழக்கூடாது என்கிற நிபந்தனையை எனக்கு நானே விதித்துக்கொண்டேன். அழ முடிவெடுத்துவிட்டால் இந்தநூலின் ஒவ்வொரு பக்கத்திலும் அழலாம். கண்ணீர் ஒரு சுவை. அதைச் சப்புக் கொட்டல் ஆகாது. மேலும், அழுவது இந்த நூலைக் கற்பதாகாது, ஆயினும் நூலின் கடைசிச் சில பக்கங்களில் என் உறுதி உடைந்துவிட்டது.

இந்த நூலில் தியாகுவின் அரசியல் பயணமும் சிறை அனுபவங்களும் பேசப்பட்டுள்ளன. முரண்பட வேண்டிய இடங்களில் தைரியமாக முரண்பட்டிருக்கிறார். எந்தக் கட்சியின் வழிகாட்டுதலால் கொடூரமான சிறைவாசத்திற்கும் மரண தண்டனைக்கும் ஆளானாரோ அந்தக் கட்சியின் அடிப்படைச் செயல்திட்டத்தில் கோளாறு உள்ளது என்று

தோன்றுகையில் அதை வெளிப்படையாகப் பேசவே செய்கிறார். முரண்பட்டு முரண்பட்டுத்தானே முன்னேறிச் செல்ல இயலும்.

"வெற்றி மயக்கம் கூடாதென்றும் அவசரவாதம் ஆகாதென்றும் சீனப் புரட்சியின் வரலாற்றிலிருந்து அறிய முடிவதாகக் குறிப்பிட்டேன். உள்ளேயும் வெளியேயும் நாங்கள் கொண்டிருந்த வெற்றி மயக்கத்தையும் அடிமுதல் நுனிவரை நக்சலைட் இயக்கத்தைப் பீடித்திருந்த அவசரவாதத்தையும் சாடுவதற்கு நான் அந்தச் சந்தர்ப்பத்தைப் பயன்படுத்திக் கொண்டேன்... சீனப் பாதையே நமது பாதை என்று சொல்லி, சீனப் புரட்சியைப் பார்த்துக் காப்பியடிக்கும் முயற்சியைக் கடுமையாகச் சாடினேன்."

"எல்லாமே ஒரு சாகச விளையாட்டுப்போல் தெரிந்தது" என்று ஓர் இடத்தில் எழுதுகிறார்...

கட்சிக்கதை சொல்வது, புரட்சி வரலாறு பேசுவது போன்றே இந்த நூலெங்கும் விரவிக் கிடக்கும் எளிய மனிதர்களின் சித்திரங்களும் மிக முக்கியமானவை என்றே நான் நினைக்கிறேன். ஏனெனில், புரட்சிக்கான ஆளெடுப்பு இங்கிருந்துதானே நிகழ முடியும். ஆகவே, அந்த மனிதர்களைப் புரிந்துகொள்வதும் அவசியமான ஒன்றே. மனிதர்களை வாசிப்பதும் மார்க்சியப் பாடம்தான். தியாகு போன்ற போராளிகள் எளிய மனிதர்களின் அகக்கொந்தளிப்புகள் குறித்து இன்னும் தீவிரமாகச் சிந்தித்து அதை எழுத்தாக்க வேண்டும். உதாரணமாக, ஒருவனை வேறெதையுமே சிந்திக்க விடாத படிக்கு காமம் பிடித்தாட்டுகிறதென்றால், அவனைப் போராளியாக வென்றெடுப்பது எப்படி? புரட்சிக்குக் குறுக்கே எது நின்றாலும் அதுகுறித்தும் அவர்கள் திறந்த மனதோடு பேசத்தானே வேண்டும்?

தாய்மையைத் தனிமனித 'செண்டிமெண்ட்' என்று சொன்னால், புரட்சியைச் சமூகத்தின் மீதான தளராத பற்று என்று வகைப்படுத்தலாம். இந்தப் பற்று சொந்த வாழ்வில் நிகழ்ந்த கொடூரமான ஒடுக்குமுறைகளுக்கு எதிரான பழிவாங்குதலில் தொடங்கி, பின் எல்லோருக்குமான அன்பாக விரிந்திருக்கலாம். அல்லது அப்படி எதுவும் நிகழாமல் இயல்பாகவே ஒருவருக்குள் இருக்கலாம். தியாகு சொல்கிறார்:

"தோழமையின் மகத்துவம் இன்று இங்கே மெய்ப்பிக்கப் பட்டது. எதை எதையோ இரத்த உறவு என்கிறார்கள். தோழமை உறவன்றோ உண்மையான இரத்த உறவு? எங்கோ பிறந்து எங்கோ வளர்ந்து இலட்சியத்தால் ஒன்றுபட்ட தோழர்களின்

இரத்தம் இன்று இந்தச் சிறையில் ஒரே ஓடையாகக் கலந்து ஓடியது. அந்த இரத்த சாட்சியாகச் சொல்கிறேன், தோழமை உறவுதான் உண்மையான இரத்த உறவு"

'பெருமிதம்' என்கிற சொல் இந்த நூலில் ஆங்காங்கே பயன்படுத்தப்பட்டுள்ளது. அவ்வளவு அவமானங்களையும் தாங்கவொண்ணாத சித்ரவதைகளையும் அந்தப் பெருமிதம் தான் தாங்கிக்கொள்கிறது என்று நினைக்கிறேன். எறும்புக் கடிக்குக் காலை உதறும் எளிய உடலுக்கு அவ்வளவு வலு எங்கிருந்து வந்துசேர்கிறது. இந்த நூலில் என்னை உலுக்கிய ஒரு வரியாவது: "வனவிலங்குகளுக்கு ஏற்படும் காயங்களைப்போல எங்கள் காயங்களும் தாமாகவே ஆற வேண்டியதுதான்." சிறையில் மருத்துவர் உண்டு. மருந்துகள் உண்டு. மருத்துவம் உண்டு என்று சொல்லப்படுகிறது. ஆனால், காயங்கள் தாமாகவே ஆற வேண்டியுள்ளது.

"பிரம்பு இருக்கிறதே பிரம்பு, அது ஒரு விஞ்ஞானப்பூர்வ ஆயுதம். சவுக்கடிபோல் பிரம்படி சுள்ளென்று வலிக்கும். எவ்வளவு ஓங்கி அடித்தாலும் பிரம்பு எலும்பை முறிக்காது. அதாவது, அடித்ததற்குச் சான்று நிலைக்கும்படி செய்யாது. எலும்புக்குப் பகையல்லவே தவிர, பிரம்படி தோலுக்கும் சதைக்கும் கொடும்பகை. ஓங்கியடித்து உடனே எடுக்காமல் ஒருவிதமாக இழுத்து எடுத்தால் சுளையாகச் சதையைப் பிய்த்து எடுத்து வரப் பிரம்பால் மட்டுமே முடியும்." (பக்;77)

நம்மில் சிலருக்கு வாழ்வு சட்டென்று தீர்ந்துவிடுகிறது. தற்கொலை கோழைத்தனம் என்று வகுப்பெடுப்பவர்கள் அதையே தேர்ந்தெடுத்துவிடுவதைக் காண நேர்கிறது. ஆனால் தோழர்கள் சிறையில் மரண தண்டனை விதிக்கப்பட்ட பிறகும் போராட்டம் செய்திருக்கிறார்கள். ஆங்கிலம் கற்றிருக்கிறார்கள். 'குன்றாத மனோதிடத்தோடு, 'மார்க்சிய மூலநூல்களின் மொழிபெயர்ப்பை வாசித்திருக்கிறார்கள். சில கட்டுரைகளை ஆங்கிலத்தில் மொழிபெயர்த்திருக்கிறார்கள். சாவதற்குள் ஒரு சாதனையாக 'மூலதனம்' முழுவதையும் மொழிபெயர்த்து முடித்திருக்கிறார்கள். பல்கேரியா, ருமேனியா போன்ற தேசங்களின் அரசியல் சூழ்நிலைகள் குறித்துத் தீவிரமாக விவாதிக்க விரும்பியிருக்கிறார்கள். உப்புமூட்டை ஏறி விளையாடியிருக்கிறார்கள்.

தியாகு எடுத்த மூன்று காலங்களுக்கானஆங்கில இலக்கண வகுப்பு...

We attack the landlord

We attacked the landlord

We shall attack the landlord

ஆங்கில வகுப்பையும் அரசியல் வகுப்பையும் தனித்தனியே எடுப்பது நேரவிரயமல்லவா?

முகநூலில். சில விளையாட்டுகள் உண்டு. மனம் வெறுமையில் வாடுகையில் அரிதாக நான் அதை விளையாடுவதுண்டு. அது எதிர்காலம் சொல்லும் ஓர் ஆருட விளையாட்டு. விளையாட்டின் முடிவுகளாகச் சில சொற்கட்டுகள் வந்து விழுந்தன. எழுவாய், பயனிலை என்று எந்த இலக்கணமும் இல்லை. உயர்திணை, அஃறிணை வேறுபாடு இல்லை. எவ்வளவு முயன்றாலும் வாசிக்கவே முடியாதபடியான சொற்கூட்டம். என் எதிர்காலம் இவ்வளவு குழப்பமாக இருக்க வாய்ப்புகள் உண்டுதானெனினும் இது குறியீட்டு அழகியல் அல்ல. ஆங்கில மொழிபெயர்ப்புச் சிக்கல். நான் அதைப் பகிர்ந்து இப்படி எழுதினேன்:

"என்னடா இது மொழிபெயர்ப்புக் கவிதை மாதிரி என்னவோ சொல்றீங்க..."

மொழிபெயர்ப்பு குறித்து ஒரு தீவிர இலக்கிய ஆசிரியன் போல தியாகு எழுதுகிறார்:

"உண்மையில், நான் நன்றாக மொழிபெயர்க்கவில்லை என்பதை என் சிறைத்தோழர்கள் சுட்டிக்காட்டியபோது தெரிந்துகொண்டேன். ஒரு நல்ல மொழிபெயர்ப்பு என்பது சரியானதாக இருக்க வேண்டும். சரியானதாக மட்டும் இருந்தால் போதாது, அழகானதாகவும் இருக்க வேண்டும். சரியானது என்பது எதை மொழிபெயர்க்கிறோமோ அந்த மூலத்தின் கருத்துக்கு உண்மையாக விசுவாசமாக இருப்பதைக் குறிக்கும். அழகு என்பது எந்த மொழிக்குப் பெயர்க்கிறோமோ அந்த மொழியின் (இலக்கு மொழி) இயல்பான சொல்லாட்சியும் இயல்பான நடையும் கொண்டதாய் இருப்பதைக் குறிக்கும். விசுவாசம், அழகு ஆகிய இந்த இரு தன்மைகளையும் ஒரு சேரப் பெற்றிருப்பதுதான் நல்ல மொழிபெயர்ப்பு. அதாவது மொழிபெயர்ப்பு மொழிபெயர்ப்பாகத் தெரியக் கூடாது. ஆனால், என் மொழிபெயர்ப்புகள் தாங்கள் மொழிபெயர்ப்புகள் என்பதை நெற்றியில் எழுதி ஒட்டிக்கொண்டு வந்தன." (பக்: 255)

"அன்பு என்பது மனிதனின் இயல்பான உணர்ச்சிகளில் ஒன்று. எவ்வளவுதான் கொடியவன் என்றாலும் அவனும்கூட

யாரேனும் ஒருவரிடம் ஏதேனும் ஒன்றிடம் அன்பு செலுத்தக் காணலாம். காசு பணத்தையே கடவுளாக்கி வழிபடச் செய்யும் தனியுடைமைச் சமுதாயத்தாலும்கூட அன்பின் எல்லை களைக் குறுக்க முடிந்துள்ளதே தவிர அன்பை அடியோடு அழித்துவிட முடியவில்லை. நீறுபூத்த நெருப்பாய் இருக்கும் மானுட அன்பை விசிறிக் கொழுந்துவிடச் செய்யும்போது அதுவே கேடுகளையெல்லாம் பொசுக்கியழித்துப் புத்துலகை வார்க்கும் உலைக்கள நெருப்பாகிவிடும்." (பக்: 25)

சிறையில் தான் கண்ட மரணதண்டனைக் கைதிகள் பலரும் நிலம் என்கிற உடைமையின் பொருட்டோ, பெண் என்கிற உடைமையின் பொருட்டோ கொலையாளிகள் ஆனவர்கள்தான் என்று சொல்லும் தோழர் தனியுடைமை வெறியை மிகச்சரியான இடத்தில் சுட்டிக்காட்டுகிறார்.

மனிதர்கள் பொதுவாக நாய், பூனை, கோழி, புறா போன்று 'வளர்ப்புப் பிராணிகள்' என்று பட்டியிலிடப்பட்ட சிலவற்றை வளர்ப்பது வழக்கம். சிலர் அபூர்வமாகப் பட்டியலுக்கு வெளியே தலை நீட்டுவதுண்டு. சிறையில் ஒருவர் பெருச்சாளி வளர்த்திருக்கிறார். அதைப் பிரிய நேரும்போது கண்கலங்கி நின்றிருக்கிறார்.

இந்த நூலின் இன்னொரு முக்கியமான அம்சம் நமது சிறை அமைப்புகள், நீதி அமைப்புகள் குறித்த விரிவான விளக்கங்கள். சிறை மதிலுக்கு இப்புறம் உள்ள சராசரி மனிதன் ஒருவன் எப்போது வேண்டுமானாலும் உட்புறம் சென்றுவிட வாய்ப்புண்டு அல்லவா? ஆகவே நமக்குச் சம்பந்தமல்லாத விசயங்கள் அல்ல இவை.

ஒரு நீதிபதி தன் தீர்ப்பில் இப்படி எழுதியுள்ளார்: இவனைப் பார்த்தாலே முரடனாகவும், போக்கிரியாகவும் தெரிகிறது.

"எதிரியைப் பற்றி நீதிபதியின் உள்ளத்தில் பதிகிற படிமமே நீதித்தராசை ஆயுளின் பக்கமோ, மரணத்தின் பக்கமோ சாய்க்க முடியும் என்பது மரண தண்டனை எனும் ஏற்பாட்டின் நியாயத்தையே கேள்விக் குறியாக்க வல்லது." (பக்; 359)

நானெல்லாம் எந்த ஏங்கிளில் பார்த்தாலும் நல்லவனாகத் தோன்ற மாட்டேன் என்பதால் இனி, மேலும் கொஞ்சம் கவனமாக வாழ வேண்டியது அவசியம் என்று நினைக்கிறேன்.

நடைமுறை யதார்த்தத்தைக் கருத்தில் கொள்ளும் அறிவும் பொறுமையும் இன்றித் தீவிரவாதத்தின் மீது ஆழமான காதலில் விழுந்துவிடும் ஓர் இளைஞன் உடனடியாகத் தனக்கு

ஒரு துப்பாக்கி வேண்டும் என்று கேட்கிறான். அதுமட்டும் கிடைத்துவிட்டால் போதும் எல்லாக் கேடுகளையும் சுட்டுப் பொசுக்கிவிடலாம் என்று உறுதியாக நம்புகிறான். அப்படியெல்லாம் துப்பாக்கி கிடைத்துவிடாது. அப்படியே கிடைத்தாலும் அவ்வளவு எளிதாகச் சுட்டுவிட முடியாது என்கிற உண்மையைச் சந்திக்கும்போது மனநல மருத்துமனையில் கிடத்தப்படுகிறான்.

“ஒருநாள் அந்த இளைஞர் தலைமறைவுத் தங்குமிடம் ஒன்றுக்குச் சென்றார். அது இயக்க ஆதரவாளர் ஒருவரின் அறை. அங்குப் போனதும் அந்த இளைஞர் படுக்கையில் மல்லாக்கப் படுத்துக்கொண்டு, தீப்பெட்டி எடுத்துத் தீக்குச்சிகளை ஒவ்வொன்றாய்க் கிழித்து வீசினார். ஒவ்வொரு தீக்குச்சியைக் கிழிக்கும்போதும் ஒரு நிலக்கிழாரின் பெயரைச் சொல்லி ‘அவுட்’ என்று கூச்சலிட்டார். அந்தத் தீக்குச்சிகளை அவர் வெடிகுண்டுகளாகக் கற்பனை செய்துகொண்டார். எல்லோரையும் அவுட் செய்து முடித்த பிறகு இப்போது தஞ்சை மண் விடுதலையாகிவிட்டது என்று அறிவித்து விட்டார்.” *(பக்:284)*

‘தியாகு’ எழுதுகிறார்.

“படிப்பைத் துறந்து இயல்பான இளமை வாழ்வைத் துறந்து,பெற்றோரையும் உடன்பிறப்புகளையும் துறந்து, கிராமத்துக்குச் சென்று, சேரிகளில் வாழ்ந்து, வயல் சேற்றில் உழைத்து, இன்னும் சிலரை அங்கே சேர்த்துக்கொண்டு, வர்க்க எதிரியை அழித்தொழிக்க வேண்டும் என்பது திட்டம். இதுதான் புரட்சியின் தொடக்கம் என்று எண்ணப் பட்டது. இந்த எண்ணம் அப்பாவித்தனமாக இருக்கலாம். முட்டாள்தனமாகவும்கூட இருக்கலாம். . . மக்களை அணிதிரட்டுவதற்குப் பதில் மக்களிடமிருந்து விலகித் தனிமைப்படுவதற்கு நிச்சய வழியாகவும்கூட இருக்கலாம். ஆனால், அந்த இளைஞர்களின் நோக்கம் தூய்மையானது. பகைவர்களை அழிப்பதற்காகத் தங்களையும் அழித்துக் கொள்ள அவர்கள் தயாராக இருந்தார்கள்...” *(பக்:24)*

இதுவரை என் மேடைப் பேச்சுக்கள் எதிலும் என் கவிதையை வாசித்ததில்லை. ஆனால், இந்த அவையில் என் கவிதை ஒன்றை வாசிக்க வேண்டும் என்று மிகவும் விரும்புகிறேன். இந்தத் தோழர் குண்டு வைப்பவர் அன்று. ஆனால், இந்த அரங்கில் இருக்க வேண்டியவர் என்பதால் இதை வாசிக்கிறேன்:

தோழர்

கடவுள் எனக்குச் செய்யும்
ஒரே ஒரு உருப்படியான காரியம்
அதிகாலையிலேயே என்னை எழுப்பி விட்டுவிடுவதுதான்.
இளமிருளில் கொஞ்சமாய்த் திரியும் மனிதர்கள்
ஒருவரோடொருவர் பரிவோடிருக்கிறார்கள்
ஒருவரையொருவர் அன்புசெய்ய முயல்கிறார்கள்.
என்னைத் தூரத்தில் கண்டதுமே
சர்க்கரை குறைவான
ஆற்றாத தேநீர் ஒன்றை
தயாரிக்கத் துவங்கிவிடுகிறார்
கூன் விழுந்த அந்த டீ மாஸ்டர்.
நான் வரும் முன்பே
என் வழக்கமான டேபிளில்
டீ வந்து அமர்ந்திருக்கும்.
அதை ஒரு பூச்செண்டு
என்று உணர்ந்துகொண்ட நாளில்
அவருக்கே கேட்காதபடி
கண்ணீரை மறைத்துக்கொண்டு
அவரைத் "தோழர்" என்றழைத்தேன்.

வாழ்வென்பது நாம் வாழ்ந்துகொண்டிருப்பது மட்டுமல்ல என்கிற செய்தியை வலுவாக நமது மூளைக்குக் கடத்த இந்த நூலை வாசிக்க வேண்டும்.

'சுவருக்குள் சித்திரங்கள்' – தியாகு –
விஜயா பதிப்பகம் – விலை: ரூ 330

'நற்றுணை' கலந்துரையாடல்

தகவல்களின் இலக்கியக் களஞ்சியம்

[அ. முத்துலிங்கத்தின் 'கடவுளுக்கு வேலை செய்பவர்']

இந்த நூலில் முத்துலிங்கத்தின் 40 கட்டுரைகள் தேர்ந்தெடுக்கப்பட்டு 'கிளாசிக்' வரிசையாகத் தொகுக்கப்பட்டுள்ளது. இத்தொகுப்பிற்கான அடிப்படைகள் இரண்டு. முதலாவது அவரது எல்லா ஆர்வங்களும் வெளிப்பட வேண்டும் என்பது. இரண்டாவது என் சொந்த ரசனை. இந்தத் தேர்வில் ஒரு திருத்தமும் அவர் சொல்ல வில்லை. "இது உங்கள் புத்தகம்தான்" என்று சொல்லி விட்டார். என்னால் எவ்வளவு பொறுப்பாக நடக்க இயலுமோ அவ்வளவு பொறுப்பாக இதில் வெளிப்பட்டுள்ளேன் என்றே நம்புகிறேன். அவரது தீவிர வாசகர் ஒருவர் "அந்தக் கட்டுரை இல்லாமல் இதென்ன தொகுப்பு?" என்று சீற்றம் கொள்ளக்கூடும். "ஆம்... நண்பரே அந்தக் கட்டுரைக்கு இந்த நூலில் இடம் இல்லை... ஆனால் அதுவும் நல்ல கட்டுரைதான்." ஏறக்குறைய 1500 பக்கங்களை 250 பக்கமாகச் சுருக்குவது அவ்வளவு எளிய பணியாக இருக்கவில்லை. எனவே அவரவர் இரசனையில் நிச்சயம் விடுபடல்கள் இருக்கும்.

தமிழில் சலீசான பலவற்றுள் ஒன்று 'களஞ்சியம்.' சமீபத்தில் காண நேர்ந்த ஒரு புத்தகத்தின் தலைப்பு 'நரேந்திர மோதியின் கவிதைக் களஞ்சியம்.' மனதை இரும்பாக்கிக் கொண்டுதான்

மேற்காணும் தலைப்பைச் சூட்டினேன். ஏனெனில், இந்நூல் உண்மையில் ஒரு களஞ்சியம்.

தகவல்கள் தகவல்களாக இருக்கையில் அவை சாதாரண உண்மைகள். பொது அறிவுப் பாடத்தில் இரண்டு மதிப்பெண் களை ஈட்டித்தரப் போதுமானவை. தகவல்கள் இன்னொன்றாகி இலக்கியமாகின்றன. அந்த இன்னொன்றாக்கலில் சமத்தர் அ. முத்துலிங்கம்.

தகவல் இலக்கியமாகையில் துலக்கமாவதற்குப் பதிலாகப் புகைமூட்டம் கொள்கிறது. ஆழமாகிறது. நுண்மடிப்புகள் பூண்டு வேறொன்றாகிறது. அவை இப்போது உலகு உரக்கச் சொல்கிற ஒரு வரியிலான ஒற்றை உண்மை அல்ல.

இந்த நூலில் விதவிதமான வாழ்வுகள் உண்டு. விஞ்ஞானம் உண்டு. வரலாறு உண்டு. தொன்மம் உண்டு. விளையாட்டு உண்டு. நகை உண்டு. தமிழும் கவிதையும் உளது. இவையாவும் இலக்கியமாகும் ரசவாதம் இதன் ஒவ்வொரு பக்கத்திலும் உண்டு.ஒரு பக்கத்திலேனும் கொட்டாவி இல்லை.

இவரது எழுத்து எளிமையும் நுட்பமும் கச்சிதமும் கொண்டது. இந்த அழகுகள் இயல்பில் வந்து அவர் எழுத்தில் அமர்கிறதா? அல்லது மெனக்கெடுகிறாரா? மெனக்கெடுகிறார். திருத்தி எழுதுகையில்தான் இலக்கியம் பிறக்கிறது என்று அவர் நம்புகிறார். ஆகவே, அவ்வளவு பொறுமையோடு அதைச் செதுக்கிச் செதுக்கி வார்க்கிறார். சாதாரண வரிகளைக்கூட இந்த உழைப்பால் மின்னவைத்துவிடுகிறார். ஒரு நேர்காணலில் சொல்கிறார்... "எழுத்தாளருக்கு வார்த்தை அடுக்கு மிகவும் முக்கியம். 'அவன் மரத்தின் உச்சிக்கு ஏறினான்' என்று எழுதுகிறோம். அதையே ஓர் எழுத்தாளர் 'He climbed and climbed till there was no more tree' என்று எழுதுகிறார். அதே வார்த்தை களை வைத்து என்ன ஜாலம் செய்திருக்கிறார்."

"80 வயதுக் கண்களில் இருந்து நீர் கொட்டியது" என்கிறது ஒரு கட்டுரை வரி. 80 வயதுக்காரர் கண்களில் இருந்து நீர் கொட்டியது என்று எழுதலாம். இரண்டிற்கும் அர்த்தத்தில் வேறுபாடில்லை. ஆனால், உணர்வில் இருக்கிறது. முத்துலிங்கத்தின் வரியில் கண் தனியாகத் தெரிகிறது. கண்ணீர் தெளிவாகக் கொட்டுகிறது.

இந்த நூலில், ஒரு பெரும் பயணம் உள்ளது. ஈழத்தில் பிறந்து பிறகு அங்கிருந்து புலம்பெயர்ந்து பத்திற்கும் அதிகமான நாடுகளில் இவர் பணியாற்றுகிறார். அந்தத் தேசங்களின் புதுப்புதுக் கலாச்சாரங்களோடு உறவு கொள்கிறார். அதை

எழுத்தாக்கி உள்ளார். 12 வருடங்கள் ஒரே மனைவியோடு, 44 வருடங்கள் ஒரே கிராமத்தில், ஒரே வழித்தடத்தைத் தேய்த்துத் தேய்த்துச் சிதைத்திருக்கும் எனக்கு இவ்வனுபவங்கள் காணக் கிடைக்காதவை. சுவாரஸ்யமானவை. அதிர்ச்சி அளிப்பவை. முக்கியமாக வாழ்வை அணுகி அறிய உதவுபவை.

முத்துலிங்கம் இந்தப் பயணத்தின் வழியே உலகத்து வாழ்வின் வெவ்வேறு முகங்களைக் காட்சிக்கு வைக்கிறார். இவ்வாறு வெவ்வேறுகளைக் காண்கையில் நாம் வெகுகாலம் மூச்சுமுட்ட அழுத்திப் பிடித்திருக்கும் ஒற்றை வாழ்வின் மீதான பிடி கொஞ்சம் தளர்கிறது. அப்போது நாமும் கொஞ்சம் தளர்ந்து ஆசுவாசம் கொள்கிறோம். அழுத்திப் பிடிக்கப்படும் ஒன்று உண்மையில் திமிறிக்கொண்டிருக்கிறது. அது எப்போது வேண்டுமானாலும் வெடித்துச் சிதறலாம்.

எல்லாக் கட்டுரைகளும் 'கிளாசிக்' என்கிற வகைப்பாட்டின் கீழ் வைக்கத் தகுதியுடையனவே. "எழுத்தாளரும் புகைப்படமும்" என்கிற கட்டுரை நகையில் தொடங்கி நகையில் முடிகிறது. அப்படி ஒரு கட்டுரை இருக்க வேண்டும் என்று விரும்பினேன். நகையும் 'கிளாசிக்' ஆகலாம். எண்வகை மெய்ப்பாடுகளுள் நகையை முதலாவதாக வைத்துப் போற்றுகிறது தொல்காப்பியம்.

என் கவியுலகு புத்துணர்ச்சி கொண்டது என்று சிலர் சொல்லக் கேட்டிருக்கிறேன். அது உண்மையெனில் இந்தநூலில் உள்ள, "ஒரு போலந்துப் பெண் கவி" என்கிற கட்டுரைக்கும் அதில் பங்குண்டு. பல வருடங்கள் முன்னால் ஒரு இதழில் வாசித்தபோது அடைந்த பரவசத்தை இப்போதும் தருகிறது. இந்தக் கட்டுரைக்குப் பிறகு 'விஸ்லவா ஸிம்போர்ஸ்கா' பிளேக் மாரியம்மன் கோவில் வீதிக்குக் குடி வந்துவிட்டார். தினமும் மாலை நடை செல்கையில் அவரைக் கண்டு கையசைக்கிறேன்.

இவர் கட்டுரைகள் புனைவுத்தன்மை கொண்டவை. சில கட்டுரைகள் ஆகச்சிறந்த கதையாக வாய்ப்புள்ளவை. என்ன காரணத்தாலோ அதைக் கட்டுரை ஆக்கியுள்ளார். கையில் அப்பாய்மெண்ட் ஆர்டர் வாங்கிய நிமிடத்திலிருந்து புத்தகம் என்கிற ஜீவராசியை முற்றாக மறந்துவிட்ட மனிதர்களைக் கூட இழுத்துப் பிடித்து நிறுத்திவைத்து 'ரோறா போறா சமையல்காரன்' கட்டுரையைச் சொல்லிச் சொல்லி அரற்றிக் கொண்டிருக்கிறேன்.

சாதாரண வரிகள்கூடச் சமயங்களில் பெரிய உண்மை களுக்கு இட்டுச்சென்று விடுகின்றன. கணினித் தமிழின் சிக்கல்கள் குறித்த கட்டுரை ஒன்றில் இடம் பெறும் ஒரு பத்தி:

இசை

“இன்னொருமுறை கணினி தரம் மாற்றம் அடைந்த போது ‘ஆ’ வரவில்லை. கதையில் வரும் ஆலமரத்தை அரசமரமாக்கினேன்.‘ஆ’வென்று அழுதான் என்று எழுதாமல் ‘ஓ’வென்று அழுதான் என்று எழுதினேன். ஆனால், “ஆனால்” என்கிற வார்த்தையைத் தவிர்த்து எவ்வளவு தூரத்துக்கு ஓட முடியும்.” நின்று யோசித்தால் இது வெறும் கணினித் தமிழ் சிக்கலன்று. இந்த வாழ்வின் சிக்கல். நம்மிடமிருந்து ‘ஆனாலை’ப் பிடிங்கி விட்டால் ஒரு நாளைக் கூட நம்மால் நகர்த்த முடியாது.

“எங்களுக்குள் போட்டி உண்டு. ஆனால், பொறாமை இல்லை”

“பெட்ரோல் விலை உயர்வை இந்த அரசு அறவே விரும்ப வில்லை. ஆனால் வேறு வழியில்லை.”

“அவர் ஒரு ஈ, எறும்புக்குக்கூடத் துரோகம் செய்ய மாட்டார். ஆனால், மனைவியைப் பெல்ட்டால் அடிப்பார்.”

“நான் பதினைந்து வயதிலேயே சாதியை உடைத்துக் குப்பைத் தொட்டிக்குள் எறிந்துவிட்டேன். ஆனால், சொந்தச் சாதியில் திருமணம் செய்துகொண்டேன்.”

“அவரிடம் சல்லிக்காசுகூட இல்லை. ஆனால், படுத்த கணத்திற்கு அடுத்தகணம் தூங்கிவிடுவார்.”

“நைலான் கயிறு ஸ்டாக் இல்ல சார்... ஆனால், எலிப்பாஷாணம் இருக்கு...”

“அவள் மைக் கருப்பு. ஆனால், அவ்வளவு அழகி.”

“ஒரு துப்புரவுத் தொழிலாளியை வல்லாங்கு செய்த குற்றத்திற்காக ஜெயிலில் இருக்கிறான். ஆனால், மிகச்சிறந்த கவிஞன்.”

“நான் ஒரு ஆடிட்டர். ஆனால் நேர்மையானவன்.”

உண்மையில் இந்த ‘ஆனால்’ வாழ்வின் போதாமைகளை நிரப்ப வந்ததா? அல்லது பறைசாற்ற வந்ததா? ‘ஆனால்’ இன்றி இந்த வாழ்வைச் சமாளிக்கவே முடியாது என்று தோன்றுகிறது. கவிதைச் செயல்பாட்டிலும் இதன் இடம் குறித்து நான் யோசித்ததுண்டு. இதனால், துலங்கி வராத ஒரு வரியைப் பிரகாசிக்கச் செய்ய இயலும். அதிகப் பிரசங்கித்தனமாக டாலடிக்கும் ஒரு வரியை மட்டுப்படுத்தவும் இதனால் இயலும்.

முத்துலிங்கம் பரந்த வாசிப்புக் கொண்டவர் என்பதால் அவர் வழியே உலகத்துச் சிறந்த இலக்கியங்களின், சிறந்த சில வரிகளை நாம் இதில் வாசித்துவிடுகிறோம்.

இவருக்கு அருமையான சொற்றொடர்களை வாசிக்கையில் தன்னையும் அறியாமல் தலையில் அடித்துக்கொள்ளும் பழக்கம் இருக்கிறதாம். எனக்கும் அப்பழக்கம் உண்டு. அதுவும் இவரது எழுத்தை வாசிக்கையில் அடித்துக்கொள்ளாமல் முடித்ததில்லை.

முத்துலிங்கத்தின் உவமைகள் புதியவை. துல்லியமானவை. மனதை விட்டு அகலாதவை.

“தொடர்ந்து 30 மணிநேரம் பயணம் செய்தவர்போலத் தெரியவே இல்லை. மின்னஞ்சலில் வந்த படம்போல பளிச்சென்று காணப்பட்டார்.”

“ஐயாவின் வழுக்கை விழுந்த முன்னந்தலை கரப்பான்பூச்சி முதுகுபோல மினுங்கியது.”

“அவருக்குப் பின்னால் ஒரு மனுஷி நின்றார். கொடியிலேயே மறந்து போய்விட்ட பாகற்காய் காய்ந்து சுருங்கியிருப்பது போல அவர் இருந்தார்.”

இவருக்கு எழுத்தாளர்களைத் தேடித்தேடிச் சந்திப்பதில் தீராத ஆர்வம் இருக்கிறது. அவர்களது வாழ்க்கை முறைகள், எழுத்து முறைகள், எழுத்து அறைகள், எழுத்து மேசைகள் என எல்லாவற்றையும் கண்டுகண்டு மகிழ்கிறார். அதை அவ்வளவு ஆசையோடு பகிர்ந்துகொள்கிறார். நாஞ்சில்நாடன் என் வீட்டிற்கு நான்கு கி.மீ. தூரத்தில் பல வருடங்கள் வாழ்ந்தார். நானும் அவரைச் சந்திக்க எத்தனையோ முறைகள் திட்டமிட்டேன். ஒவ்வொரு முறையும் ஏதோ ஒரு வேற்றுகிக்கிரகத்துச் சதியால் அந்தத் திட்டங்கள் முறியடிக்கப்பட்டுவிட்டன.

இந்த நூலில் ஓர் உயிரியல் தகவல் வருகிறது. மீன்கள் ஆற்றில் துள்ளித் துள்ளிக் குதிப்பது அதன் உடலில் ஏறியிருக்கும் நீர்ப் பேன்களை உதறத்தானாம். இந்தத் தகவலை மட்டும் வாசிக்க வாசிக்கவே மறந்துவிடத் துடித்தேன்.

களஞ்சியத்தைக் கைப்பற்றுங்கள்.

நூலிற்கான தொகுப்பாசிரியர் முன்னுரை

வாழ்வு தீரும்வரை பாலை தீராது

நவீன கவிதை வாசகர்கள் பலருக்கும் நமது பழந்தமிழ்க் கவிதைகள் குறித்த வாசிப்பு குறைவுதான். அதற்கு 'பழையது பயனற்றது' என்கிற மேலோட்டமான எண்ணம் முதன்மைக் காரணம். நவீன மனிதனின் சிக்கல்களுக்கும் பழந்தமிழ் இலக்கியங்களுக்கும் தொடர்பில்லை என்று நினைக்கிறோம். புதிய மனிதனின் புதிய சிக்கல்கள் என்று ஒவ்வொரு காலத்திலும் சில இருந்து வந்துள்ளன. அவை அந்தந்தக் காலத்துக் கவிதைகளில் பிரதிபலித்தும் வந்துள்ளன. இந்த ஆண்ட்ராய்டு காலத்து மனிதனின் கவிதைகளில் வீடியோ காலும், வாய்ஸ் மேசேஜும் வர வேண்டும். கட்டாயம் வந்தாக வேண்டும். ஒரு புரட்சிபோல அல்ல, இயல்பாகவே அவை வந்தாக வேண்டுமல்லவா?

புதிய மனிதனுக்குச் சில புதிய சிக்கல்கள் இருப்பதுபோலவே, ஒரு மனிதனுக்கு என்றென்றைக்குமான சிக்கல்கள் என்று சில உண்டு. பசி, காமம், அச்சம், பொறாமை இப்படி சில. நெருப்பைக் கண்டு பயந்து, வியந்து வணங்கத் தொடங்கிய மனிதன் இன்றுவரை எத்தனையோ விதவிதமான கடவுள்களை வணங்கிக்கொண்டிருக்கிறான். அவனுக்கு மீறிய ஒன்றுக்கு அஞ்சுபவனாகவும், அதை வணங்கிப்

பணிபவனாகவும், அதற்கு நன்றி சொல்பவனாகவும் அவன் எப்போதும் இருந்து வந்துள்ளான். நமது பழந்தமிழ்க் கவிதைகளில் நாம் காண வேண்டியது இதுபோன்ற மனிதனின் என்றென்றைக்குமான சிக்கல்களைத்தான்.

உண்மையைச் சொல்லச் வேண்டுமெனில் இன்றைய புதிய சிக்கல்கள் என்று நாம் கருதுபவை பலதும் அடிப்படைச் சிக்கல்களில் இருந்து பிறந்தவையே. பாலைத் திணை தமிழ்ப் பாடத்தில் 10 மார்க்கு கேள்வியோடு முடிந்துவிடும் ஒன்றல்லா? வாழ்வு தீரும்வரை நமது ‘பாலை’ தீராது. சங்கக் காட்சிக்கும் நவீன காட்சிக்கும் காட்சிகளில் வேறுபாடு இருக்கலாம். ஆனால், உணர்வு ஒன்றுதான்.

காதலனோடு சேர்வதற்கு இடையூறாக இருந்த தனது பச்சிளம் குழந்தைகளுக்கு விஷம் வைத்துக் கொல்லத் துணிந்த பெண் ஒருவரைச் சமீபத்தில் பார்க்கிறோம். “தேறுதல் ஒழிந்த காமத்து மிகுதிறம்” என்கிற தொல்காப்பியத்துப் பெருந்திணைச் சூத்திரத்துக்கும் இந்த நவீன யுகத்துக் காட்சிக்கும் தொடர்பிருப்பதாகவே நினைக்கிறேன். சங்க மரபு சொல்லும், “இற்செறித்த”லுக்கும் இன்றைய ஆணவப் படுகொலைகளுக்கும் எளிமையாகவே ஒரு கோடிழுத்துப் பார்த்துக்கொள்ள முடியும்.

அடுத்த காரணம் பழைமையின் மேல் உள்ள அச்சம் என்று நினைக்கின்றேன். அது மிகக்கடினமானது. நமக்கு விளங்காது என்று நம்புகிறோம். அல்லது அவ்வளவு உழைத்துக் கற்க நாம் விரும்புவதில்லை. அது கடினமானது என்று உறுதியாக நம்பிக்கொண்டிருப்பவர்களுக்கு அது இனிப்பானதும்தான் என்று காட்டுவதே என் எழுத்தின் நோக்கமாக உள்ளது.

தமிழ்க் கவிதை வரலாற்றில் ஒரு பருவம் வெறும் சந்த விளையாட்டுகளால் நிறைந்துவிட்டது. வெற்றுச் செய்யுள்கள் கவிதையின் தீவிரத்தை அழித்தொழிக்க முயன்றன. அதனால் கவிதைக்குள் ‘இசை’ (Musicality) என்கிற விசயத்தின் மீது நமக்குக் கடும் வெறுப்பே ஏற்பட்டுவிட்டது. அதனால். தமிழ்க் கவிதை இசையின் இனிமையை இழந்து, முரட்டு உரைநடையின் பக்கம் செல்ல நேர்ந்தது. நவீனக் கவிதை அதன் தீவிரத்தை இழக்காமலேயே பழந்தமிழ்க் கவிதைகளிலிருந்து அந்த இசையினிமை மீட்க முடியும். அதற்கு இதுபோன்ற நூல்கள் உதவக்கூடும்.

ஒரே மொழியில் மூன்றாயிரம் வருட இடைவெளியில் தோன்றிய இரு கவிகள் என்கிற அடிப்படையில் எனக்கும்

ஔவைக்குமான தொடர்பு குறித்து இந்த நூலின் முன்னுரையில் பேசியுள்ளேன்.

தவிர, சங்க இலக்கியம் போன்ற ஒரு பெரும் திரட்டைக் கற்கும் வழிகளில் ஒன்றாக இதுபோன்ற சிறுநூல்கள் திகழ வேண்டும் என்று விரும்புகிறேன். ஏற்கெனவே நவீன இலக்கியப் புலத்திலிருந்து நாஞ்சில் நாடன், பெருமாள்முருகன், ஜெயமோகன் போன்றோர் இதுபோன்ற நூல்களை எழுதி யுள்ளார்கள்.

கபிலருக்கும் இதுபோன்று ஒரு கவித்துவத் திரட்டு வர வேண்டும் என்பது என் விருப்பம். இன்னொரு நவீனக்கவி அதைச் செய்யட்டும்!

நூலை வெளியிட்ட கவிஞர் மோகனரங்கனுக்கும், பெற்றுக் கொண்ட இயக்குநர் பிரசாத் முருகேசனுக்கும், காலச்சுவடு பதிப்பகத்திற்கும் என் நன்றிகள்!!

‘களிநெல்லிக்கனி’ நூலுக்கான ஏற்புரை

சினிமா

தண்டனையிலிருந்து மீட்சிக்கு...
(சிவரஞ்சனியும் இன்னும் சில பெண்களும்)

வீடு

அப்பா தியாகி
அம்மா சாமீ
கணவனும் மனைவியும் உடனொருபாகம்
தங்கை நறுமணத்தி
அண்ணன் துப்பாக்கி குண்டிற்கு குறுக்கே விழுபவன்
குழந்தைகள் தெய்வப் ப்ரஸாதம்
தாத்தா உழைப்பால் உயர்ந்த உத்தமர்
பாட்டி உத்தமரின் உறுதுணை
மாமா மாமருந்து
சித்தி குளிர்தரு
ஆனாலும்
வீட்டை நெருங்குகையில்
மூக்கைப் பிடித்துக்கொள்ள வேண்டும்

தமிழின் குறிப்பிடத்தகுந்த எழுத்தாளர்களான அசோகமித்திரன், ஆதவன், ஜெயமோகன் ஆகியோரின் சிறுகதைகளை மூலமாகக்கொண்டு உருவாகியிருக்கும் திரைப்படம் 'சிவரஞ்சனியும் இன்னும் சில பெண்களும்' மூன்று கதைகளும் உள்ளது உள்ளபடி அப்படியே படமாக்கப்பட வில்லை. எழுத்தைக் காட்சியாக்கும் வித்தை

வெற்றிகரமாக நிகழ்ந்தேறியிருக்கும் படைப்பு என்று இதைச் சொல்லலாம்.

ஆதவன் கதையின் தொடக்கம் படத்தில் 'கிளைமேக்ஸ்' ஆக மாறியுள்ளது. இம்மாற்றம் இவ்வளவு காலமாகச் சினிமாவில் புழங்கும் ஒருவரால் எளிதில் செய்துவிட முடிந்த ஒன்றுதான். ஆனால், அசோகமித்திரன் கதையை கையாண்டிருக்கும் விதம் எனக்கு மிகவும் பிடித்திருந்தது. கதை காட்சியாக இன்னொரு தளத்திற்கு நகர்ந்துவிட்டதென்று சொல்லலாம்.

தமிழில், இலக்கியம் சினிமா ஆவதே குறைவுதான். அப்படியே ஆனாலும் எழுத்தாளர் 'குய்யோ, முறையோ!' என்று கூவுவதே வழக்கம். ஆனால், இங்கு இந்த மூன்று எழுத்தாளர்களும் மகிழ்ந்திருப்பார்கள் என்றே நம்புகிறேன்.

ஒப்பீட்டளவில், ஜெயமோகன் கதைதான் குறைவான மாற்றங்களோடு எடுக்கப்பட்டுள்ளது. அதிலும் படத்தின் இறுதிக் காட்சியில் இயக்குநர், 'தேவகி'க்கு அளித்திருக்கிற 'விடுதலை' கதையில் இல்லாதது. அந்தக் காட்சி அவ்வளவு எளியது. ஆனால், அவ்வளவு பிரமாதமானது. அசோகமித்திரன் கதையையும் இந்த 'மீட்சி'யை நோக்கியே நகர்த்தியிருக்கிறார். ஒரு காட்சியில், "உங்கள விட்டா எனக்கு யாரு இருக்கா..?" என்று கணவனிடம் மன்றாடி இறைஞ்சும் சரஸ்வதி, இறுதிக் காட்சியில் தன்னோடு தான் அமர்ந்து ஒரு இதமான தேநீரைப் பருகுகிறாள்.

சரஸ்வதி, தேவகி இருவரும் தங்கள் கதைகளின் இறுதிக் காட்சிகளில் தேநீர் பருகுகிறார்கள். தேநீர் ஒரு மர்மமான கலவை. என்னிடம் சமீபத்தில் ஒரு கேள்வி கேட்கப்பட்டது. "ஏன் தேநீரை விடாமல் இப்படி எழுதிக்கொண்டே இருக்கிறீர்கள்?" அந்தக் கேள்விக்குக் காட்சியில் பதில் அளிக்க நேர்ந்தால் இந்த இரண்டு காட்சிகளையும் காட்டுவேன்.

'குடும்பம்' என்கிற அமைப்பு மூன்று கதைகளிலும் பிரதான வில்லன் பாத்திரமேற்று நடித்திருக்கிறது. "நடிக்கவில்லை வாழ்ந்திருக்கிறது" என்கிற 'க்ளிசே' இங்கு சாலப் பொருந்தும். ஆனால், குடும்ப அமைப்பிற்கு மாற்றான வெற்றிகரமான அமைப்பொன்றை நாம் இன்னும் கண்டறியவில்லை. ஆகவே, அதனோடுதான் வாழ வேண்டும். அதனோடுதான் சாக வேண்டும். குடும்பத்தை அழிப்பதில் குடும்பத்திற்கு இருக்கிற ஆனந்தம் ஆராயச் சிக்கலான ஒன்று. கட்டி, கட்டி இடித்து, இடித்து ஓயாத செயலூக்கம்.

குடும்ப உறுப்பினர்களை உற்றுப் பார்த்தால் அவர்கள் நல்லவர்கள்போலத்தான் தெரிகிறார்கள். குடும்பத்தில்தான் என்னவோ கோளாறு. தேவகியின் கதையில் குடும்பத்தில் உள்ள பலரும் அந்த அநீதியிலிருந்து விலகி இருக்கவே விரும்பு கிறார்கள். ஆனால், எல்லோரும் சேர்ந்துதான் அநீதியை நிகழ்த்தவும் செய்கிறார்கள்.

எவ்வளவு கேடு சூழினும் ஆணிற்கு ஓடி அடைய ஒரு வெளி உண்டு என்பது ஒரு முக்கியமான சுதந்திரம். வீட்டிற்குக் கல்லும், மண்ணும்கொண்டு கட்டிய இருள்தான் இஷ்டம். காற்றும், ஒளியும் திகழும் புறவெளியை ஏனோ வீட்டிற்குப் பிடிப்பதில்லை. மணமுறிவுக்குப் பின் ரோட்டோரத் தேநீர் கடையில், அவ்வளவு ஆண்களுக்கு மத்தியில் நின்று, தேவகி பருகிக்கொண்டிருப்பது இந்தக் காற்றையும் ஒளியையும்தான் என்று எனக்குத் தோன்றியது.

பொருளாதாரத்தில் பின் தங்கியிருக்கும் குடும்பங்களில் அதனுள்ளும் பின்தங்கியிருப்பவள் பெண். படத்தின் ஒரு காட்சியில் மளிகைப் பொருட்கள் தீர்ந்துபோன விசயத்தை ஏதோ தான்தான் மாபெரும் பாதகம் செய்துவிட்டதுபோல தலையைக் குனிந்துகொண்டு தயங்கித் தயங்கி முனகுகிறாள் ஒருத்தி. மூன்று கதைளையும்கொண்டு பெண்களுக்கான பொருளாதாரச் சுதந்திரம் என்கிற கருத்தையும் பேசிப்பார்க்க முடியும்.

ஓர் ஆவணப் படத்தில் நகுலன் சொல்கிறார்: "சொல்லாமல் விடுவது முக்கியம், சொல்வதைவிட." இது ஒன்றும் அரிய கண்டுபிடிப்பல்ல. கலையின் பாலபாடங்களில் ஒன்றுதான். ஆனால், பாலபாடங்களின் மேல்தான் பிரம்மாண்ட கோபுரங்களை எழுப்ப முடியும். அனுதினமும் கலையோடே கட்டிப் புரண்டாலும் நாம் அடிக்கடி மறந்துவிடுவதும் பாலபாடங்களைத்தான் என்று நினைக்கிறேன். மறந்துவிடுவது என்று சொல்வதைவிடக் கைகூடாதது என்று சொல்லலாம். படத்தில், இயக்குநர் துணிந்து உருவாக்கி அளித்திருக்கிற கலையமைதிதான் இந்தப் படத்தைச் சிறப்பாக்கியுள்ளது. லியோடால்ஸ்டாயின் புகழ்பெற்ற சிறுகதை ஒன்றில் நீர் மேல் வேகமாக ஓடிவரும் மூன்று துறவிகளைப்போல இக்கதைகளின்மேல் கால் வைத்துத் தாண்டியுள்ளார்.

அசோகமித்திரன் தன் கதையில் எழுதியிருக்கிற ஒரு வரியால் இந்தப் படத்தின் மூன்று கதைகளையும் கோர்க்க லாம். "தெய்வத்திடம் தண்டனையைத்தவிர வேறொன்றும்

எதிர்பார்க்கக் கூடாது போலிருக்கிறது." அந்த மூன்று பெண்களும் இந்த வசனத்திற்கு, "ஆம்" என்கிறார்கள். இதை, எழுதிக்கொண்டிருப்பவன் நள்ளிரவில் விடிவிளக்கை வெறித்தபடி 'ஆம் "என்கிறான். கட்டுரையை வாசிக்கும் வாசகரில் பலரும், "ஆம்" "ஆம்" "ஆம்" என்றே ஆவேசத்தில் கண்கலங்கக் கூடும்.

இயக்குநர் தன்னால் முடிந்த அளவு அந்த மூன்று பெண்களையும் தண்டனையிலிருந்து மீட்சியை நோக்கி நகர்த்தியிருக்கிறார்.

பிற

இசைக் கலைஞன்'போல' ஆவது எப்படி?

பல்லில் பிரஷ் இடும் தாளம் பிரமாதமாக இருப்பதை இன்றைய அதிகாலையில் அவதானித் தேன். கொஞ்ச நாள்களாகச் சப்தங்கள் துல்லிய மாகியுள்ளன. 'இசை' என்பது ஒழுங்குபடுத்தப் பட்ட சப்தங்கள் என்று சொல்வார்கள். எந்தச் சப்தத்தைக் கேட்டாலும் அதை ஒழுங்கு செய்ய முடியுமா? என்று தோன்றத் தொடங்கியுள்ளது. பெரிய வித்வான்களுக்குத் தோன்ற வேண்டிய சிந்தனை. எனக்கும் தோன்றுகிறது. சிந்தனைக்கு விவஸ்தையில்லை.

ரயில் சத்தத்தை இசையாகக்கொண்ட பல பாடல்களை நாம் கேட்டிருக்கிறோம். குதிரையின் காலடிக் குளம்பில் சில பாடல்கள் புறப்படுகின்றன. ஒரு பிரம்மாண்ட இசை நிகழ்ச்சியில் பக்கெட்டில் தண்ணீர் நிரப்பி, அதைத் தோண்டித் தோண்டி இசை வர வைத்ததை நாம் பார்த்தோம். ஆக, பக்கெட்டும் தண்ணீரும் வாத்தியங்கள். தமிழர் களின் தொல்லிசைக் கருவியான யாழ் வகை களில் முதல் யாழாகக் கருதப்படும் 'வில் யாழ்' வில்லின் நாணிசையிலிருந்தே பிறந்துள்ளது. அம்பு கொலை செய்யப் பாய, அதன் நாண் இசையாகிவிட்டது. வளையலோசையிலிருந்து ஒரு முக்கியமான நரம்பு கிளம்பித் தமிழர்களின் இச்சைத் துடிப்பில் இணைவதாக கூகுளில் போட்டிருப்பது உண்மைதானா?

சமீபத்தில், ஓர் இசைக் கருவியை வாசிக்கத் தொடங்கி உள்ளேன். அது ஓர் ஆப்பிரிக்கப் பழங்குடித் தோல் வாத்தியம். பெயர் ‘ஜூம்பே’. ஜூம்பேதானா என்பதுகூடத் தெரிய வில்லை. “Djembe” என்கிறார்கள் ஆங்கிலத்தில். கடைக்காரப் பையன் ‘டிஜூம்பே’ என்றுதான் சொன்னான். ஆனால், ‘D’ க்கு ஓசையில்லை என்றும் சொல்கிறார்கள். ‘ஜூம்பே’ என்பதுதான் தமிழ் வாயிற்கு வாகாக உள்ளது.

எல்லா மனித உயிர்களும் பாட விரும்புகின்றன. உணவைக் கடைவாயில் அரைப்பதுபோலச் சிலர் பாடலை வாயிற்குள் மெல்கிறார்கள். சிலர் அரங்கில் ஆயிரம் பேர் முன்னிலையில் பாடுகிறார்கள். ஆயிரம் பேர் முன்னிலையில் பாடுபவர், “பாடகர்” என்றழைக்கப்படுகிறார். ஆனால், பிறர் பாடகரில்லை என்று பொருளில்லை. தாளமும் அப்படித்தான். எல்லோரும் தாளமிடவே செய்கிறோம். நமது தொழில்களில், குறிப்பாக உடலுழைப்புத் தொழில்களில் தாளம் வெளிப்படையாகவே கலந்துள்ளது. லாரியின் ஹாரன், ஊளையிலிருந்து தாளத்திற்குத் தாவும் தருணத்தை நீங்கள் கேட்டிருக்கிறீர்கள் அல்லவா? உண்மையில் அவர் பயணிக்க வழி கேட்கிறாரா? அல்லது நெடுஞ்சாலையில் நடனமிடுகிறாரா? கொத்துப் புரோட்டா என்பதே தாளத்தின் விளைச்சல்தானே? சம்மட்டி, தாளத்தில்தான் இரும்பை உடைக்கிறது.

அம்மாதான் என்னை ஓர் இசைக் கலைஞன் என்று துப்பறிந்து சொன்னது. சிறுவனாக இருக்கையில் டேப் ரிகார்டரில் ஒரு பாடல் ஓடிக்கொண்டிருந்தது. அதனோடு சேர்ந்து தாளமிட்டுக்கொண்டிருந்த நான், அந்த வாத்திய இசை முடிவுறும் தருணத்தில் அதனோடு சேர்ந்து மிகச் சரியாக முடித்துவிட்டேன். எல்லா அம்மாக்களுக்கும்போல என் அம்மாவிற்கும் நிலை கொள்ளவில்லை. என்னை, ‘தபெலா‘ வாசிக்க அனுப்ப வேண்டும் என்று அவர் ஆசைப்பட்டார். ஆனால் அதற்கான வகுப்புகளுக்கு போகவில்லை. எங்கள் கிராமத்தில் அப்படியான வகுப்புகளும் இல்லை.

இது ஒரு பரம்பரை வியாதி என்கிறபடிக்கு என் அப்பா ஏற்கெனவே தேங்காய் மூடிக் கச்சேரிகளுக்குப் போய்க்கொண் டிருந்தார். அவருக்கும் தான் ஒரு பாடகன் என்று நினைப்பு. என் அப்பாவின் புனைப்பெயர் உங்களுக்குத் தெரியுமா? “க.ரா. கலைவேந்தன்” இயற்பெயரா? அது, “ஆறுமுகம்”. கச்சேரிகளில் எடுத்தவுடன் ‘தபெலா’வை எடுத்து நீட்ட மாட்டார்கள் அல்லவா? “கப்பாஸ்” வாசிப்பாளனாகக் குழுவில்

இணைந்தேன். ‘கப்பாஸ்’ என்பது தேங்காய் மண்டையில் பாசிகளைக் கோர்த்தது போல, சற்று நீண்ட பைப்பிடியுடன் இருக்கும் ஓர் உருட்டு வாத்தியம். அதை வாசிக்க வேண்டிய தில்லை. இசையோடு இயைந்து வெறுமனே உருட்டினால் போதும். ஒரு வாத்தியத்தைச் ‘சும்மா’ உருட்டுவதற்காக நான் இந்தப் பூமியில் பிறந்திருக்கவில்லை என்கிற ஆவேசம் அலையடிக்க, நான் அதைக் குத்தத் தொடங்கினேன். அதாவது, கப்பாஸில் ‘தபெலா’ வாசிக்கத் தொடங்கினேன். தபெலாக்காரர் எரிச்சலடைந்தார்.

இப்படியாக இரண்டு இசை வல்லுநர்களுக்கிடையே எழுந்த சச்சரவால் நான் அப்பாவோடு போவதைக் குறைத்துக் கொண்டேன். அப்போது பொதுவாகவே அப்பாவோடு போவதை குறைத்துக் கொள்ளும் பருவமும் வந்துசேர்ந்தது. வேறுவேறு விசயங்களால் இழுத்துச் செல்லப்பட்டேன். ஆனாலும் பள்ளியில், “டெஸ்கில் தாளமிடும் பையன்கள்” என்று ஒரு வகையறா உண்டல்லவா? நான் அந்த வகையில் தொடர்ந்தேன். அப்படி வாசிக்கையில் யாரோ ஒரு பெண் தன் சின்ன விழியை அகல விரித்துவிடுகிறாள். பிறகு அந்தப் பையன் தன்னைக் கலைஞன் என்றே நம்பிக்கொள்ள அந்த ‘விழிவிரி’ போதும்.

கடந்த ஜனவரி மாதம் சென்னைப் புத்தகக் காட்சியில் சால்ட் பதிப்பகத்தின் ஸ்டாலில் ஒரு வாத்தியத்தைக் கண்டேன். “டெஸ்கில் தாளமிட்ட பையன்” அதை வாஞ்சையோடு வருடிக் கொண்டிருந்தான். அப்போது, அங்கே வந்த நண்பனும் கவிஞருமான நரன் அதை வாசிக்கச் சொல்லி நிர்ப்பந்தித்தான். அப்போது அதன் பெயர்கூடத் தெரியாது. அதன் சத்தம் எப்படியிருக்கும் என்றும் தெரியாது. உள்ளூர ஆர்வம் கொந்தளித்துக்கொண்டிருந்தது என்பதுதான் உண்மை என்றாலும், அங்கிருந்து தப்பவே முயன்றேன். அவன் விடவில்லை. சண்டையும் சச்சரவுகளுமாகத் தொடரும் ஓர் உறவு எங்களுடையது. அப்போதுகூடச் சண்டையில்தான் இருந்தோம். ஆனால், அவன் முதன்முதலாகப் புத்தகக் காட்சியில் ‘ஸ்டால்’ போட்டிருக்கிறான். ஆகவே ஸ்டாலிற்கு நான் போயாக வேண்டும். அது ஒரு கடமையாக இருந்தது. கூடவே மகிழ்ச்சிகரமானதும்கூட. அவன் ஸ்டாலிற்குப் போகவேண்டும். ஆனால், அவனைப் பார்க்கக் கூடாது. இதுவே என் திட்டமாக இருந்தது. நான் விரும்பியதுபோலவே அவன் ஸ்டாலில் இல்லை. கொஞ்சநேரம் இருந்துவிட்டுக் கிளம்பும் சமயம் சரியாக வந்து வாசலில் நின்றுவிட்டான். “யாருக்கும் வெட்கமில்லை” என்று முணுமுணுத்தபடியே

சண்டை தானே விலகிக்கொண்டது. 'ஊழ்'போல அவன் அதை எடுத்து என் கையில் அளித்தான்.

நான் டேபிள்களில் வாசித்தேசுட நீண்ட நாள் ஆகியிருந்தது. ஆனாலும் வேறு வழியின்றி வாசித்தேன். மனதில் தோன்றியதையெல்லாம் வாசித்துக்கொண்டிருந்தேன். முடிக்கையில் ரஹ்மான் பாடலின் தாளக் கட்டொன்று எங்கிருந்தோ வந்து விழுந்தது. என்னளவில் சரியாகவே விழுந்தது. "முடிப்பை" சரியாக நிறைவு செய்கையில் வாத்தியக்காரனின் மனதில் ஒன்று பூரிக்குமே, அது பூரித்தது அப்போது.

இந்த வாசிப்பு மற்றவர்களுக்குப் பிடிக்கும் என்று நான் எதிர்பார்க்கவில்லை. அப்படி விரும்பவும் இல்லை. ஆனால், வண்ணதாசன் அந்த வாசிப்பை மெச்சி எழுதியதும், "உன்னுள் இயல்பாகவே தாளம் இருக்கிறது" என்று ஜெயமோகன் அனுப்பிய குறுஞ்செய்தியும் என்னை ஓர் இசைக் கருவிக் கடைக்குள் அழைத்துச் சென்றன. பெயர் இசைதான். ஆனால், அதுவரை அப்படியான கடை எதிலும் வேடிக்கை பார்க்கக்கூட நான் நுழைந்திருக்கவில்லை. விதவிதமான அத்தனை வாத்தியங்களுக்கிடையே சும்மா நின்றுகொண்டிருப்பதே ஒரு ஆழமான அனுபவம். அது உறுதியாக 'சும்மா' நிற்பதில்லை.

அந்த வாத்தியத்தைக் காட்டி, "இதன் பெயர் என்ன?" என்று கேட்டேன். கடைப்பையன் சொன்னான். அதுபோலவே வேறு சில வாத்தியங்களும் இருந்தன. "இது தர்புகா..." என்று ஒரு வாத்தியத்தைக் காட்டினார்கள். "தர்புகா சிவா"வின் புண்ணியத்தில் அந்தப்பேர் தெரிந்திருந்தது. "ஓ... இதானா அது..?" என்பதுபோல் பார்த்தேன். அதிலிருந்து நமது பம்பையும், உடுக்கையும் கலந்ததுபோல ஒரு சத்தம் வந்தது. ஒருவித மெட்டாலிக் ஒலி. 'வித்வானிற்கு' அதில் என்னவோ குறைவதுபோலத் தோன்றியது. "ஜும்பே"விலிருந்து வெளிப்பட்ட பறைச் சத்தம் அதில் வரவில்லை. ஆகவே, நான் 'ஜும்பே'வைத் தேர்ந்தெடுத்தேன்.

'இசை அனுபவம்' என்று சொல்வார்களே, அது எனக்கு முதன்முதலில் நிகழ்ந்தது பறையோடு சேர்ந்துதான். பள்ளிச் சிறுவனான நான் ஆட்டத்தை அடக்க முடியாமல் அவர்களோடு சேர்ந்து ஆடினேன். யாரை வாசலிலேயே நிறுத்திச் சிரட்டையில் தண்ணீர் ஊற்றினேனோ, அவர்களோடு சேர்ந்து. யாருக்குச் சிரட்டையில்தான் தண்ணீர் தரவேண்டும் என்று என் அம்மா கற்பித்திருந்தாளோ அவர்களோடு சேர்ந்து. ஊர் திரண்டு நின்று காண, என் அம்மா அதற்கு அனுமதித்தாள். அனுமதித்தோடு மட்டுமல்லாமல் அதைக் காணாத பேரை

யெல்லாம் அழைத்துப் பெருமையோடு அச்சம்பவத்தைப் பகிர்ந்துகொள்ளவும் செய்தாள். முப்பது வருடங்கள் முந்தைய கிராமத்தில் நிச்சயம் அது ஒரு புரட்சி. ஆனால், அதைச் செய்தது நானோ என் அம்மாவோ அல்ல. பறை தனக்குத்தானே நிகழ்த்திக்கொண்ட புரட்சி.

“ஜூம்பே” வாங்கியது குறித்துத் தன் மகிழ்ச்சியை வெளிப்படுத்தி அஜிதன் ஒரு செய்தி அனுப்பியிருந்தான். அப்போது அவனுக்குத் திருமணம் நிச்சயமாகியிருந்த நேரம். “உன் திருமண வரவேற்பில்கூட வாசிக்கலாம். ஆனால், பெண் வீட்டார் பெண்ணைத் திரும்ப எடுத்துக்கொள்ளும் ஆபத்துண்டு” என்று சொன்னேன். அதன் பிறகு மகிழ்ச்சி, துக்கம், இரண்டுமற்ற சாதாரணம் என்று எதையும் அவன் என்னிடம் வெளிப்படுத்துவதில்லை.

கவிஞர் சுகுமாரன் சிரித்தபடியே, “உங்க பக்கத்து வீட்டுக்காரர் எப்படியிருக்கிறார்?” என்று நலம் விசாரித்தார். வாத்தியக் கருவி வாசிப்பில் பக்கத்து வீட்டாரின் பங்கு முக்கிய மானது. அவர்கள் மழையில் எருமைபோல் இருந்தாலன்றி நாம் வித்வானாக முடியாது. சுகுமாரன் வீட்டில் ஒரு சின்ன, “கடம்” இருக்கிறது. அதை அவர் எடுத்துக்காட்டுகையில் அரை நிமிடம் வாசித்தார். “பாவம்... நல்லா வந்திருக்க வேண்டிய பையன்...” இளமையில், தான் ஒரு புல்லாங்குழல் வித்வானாக முயன்றதையும், “எப்பப் பார்த்தாலும் நொய்யீ, நொய்யின்னுட்டு...” என்று பக்கத்து வீட்டுக்காரர் அலுத்துக்கொண்டதிலிருந்து, தொடர்ந்து கவிதையில் கவனம் செலுத்தத் தொடங்கியதையும் வேதனையோடு பகிர்ந்து கொண்டார். எங்கள் வீதியின் கடைசி வீடு என்னுடையது. என் வீட்டின் இரண்டு புறத்திலும் வீடுகள் இல்லை. ஒரு புறம் அம்மா வீடு. இன்னொரு புறம் மாமா வீடு. அவர்களுக்கு வேறு வழியில்லை. தவிரவும், ஏற்கெனவே லூசை லூசென்று திட்டி அவர்கள் என்ன பயனைக் கண்டுவிட முடியும்? ஆனால், எனக்கும் கால நேரங்கள் உண்டு. மதியத் தூக்கத்திற்குமுன் இரத்தமோ, உறவோ எடுபடாது என்பதை நான் தெளிவாகத் தெரிந்து வைத்திருக்கிறேன்.

வாத்திய வாசிப்பு குறித்து சுகுமாரன் சொன்ன ஒரு விசயம் முக்கியமானது “அது ஒரு கேந்திபோல... தொட்டுட்டா பிறகு விடாது...” உண்மைதான். என் பத்துக்குப் பத்து அறைக்குள் இருந்துகொண்டு அது சமைப்பது வேறுவேறு உலகங்களை... ஒரு வாத்தியம் சொல்லைக் கடந்து சொல்லிவிடக் கூடியது என்பதால் நாம் அதன் பின்னே சென்று விடக்கூடிய ஆபத்துகள் அதிகம்.

'ஜூம்பே' பயிற்சியில் இருக்கையில் நண்பன் வே. பாபுவின் பெயரால் நாங்கள் அளித்துவரும் விருது விழா வந்தது. அதற்கென்று தாளக் கோர்வை ஒன்றை உருவாக்கி, அதை மட்டுமே தினமும் பயிற்சி செய்து அந்த நிகழ்வில் வாசித்தேன். அந்த 12 நிமிட வாசிப்பில், இரண்டு இடங்களைத் தவிர்த்து, விரல்கள் நான் சொன்னபடி கேட்டன . இந்தமுறை உள்ளே கொஞ்சம் நடுக்கம் இருந்தது. முதல், "அரங்கேற்றம்" என்பதுபோல ஒரு நடுக்கம். அந்த வாசிப்பிலும் ரஹ்மானின் இசையை வெளிப்படையாகவும், ஒளித்தும் பயன்படுத்தினேன். "ஒட்டகத்தைக் கட்டிக்கோ" பாடலில் வரும் இடையிசையோடு, என் கைச்சரக்கையும் கொஞ்சம் கலந்து புதிதுபோல் ஆக்கி யிருந்தேன்.

வாசிப்பைக் கேட்ட வண்ணதாசன் கொடை விழா அழைப்புப்போல் உள்ளதாக எழுதியிருந்தார். நான் கடவுளை அழைக்கிறேனா? அல்லது அவருக்கு எதிராக இசைக்கிறேனா? இந்த வாழ்விடம் எதற்கோ நீதி கேட்கும் ஒரு தொனி என் வாசிப்பில் ஏறுவதைக் காண்கிறேன். சமயங்களில், எதையோ பழி தீர்த்துக்கொண்ட ஒரு நிம்மதியும் வருகிறது. தவறவிட்ட எதையோ கைப்பற்றும் தவிப்பையும் உணர்கிறேன். உணர்ச்சிகரத்தின் எந்த அவஸ்தையுமின்றி வெறும் தாள லயத்தில் மயங்கி அசையும் தருணங்களும் வாய்க்கவே செய்கின்றன.

இளமை தீர்ந்தும் தீராது வருத்தும் காதல் வேட்கை அல்லது காம வேட்கையாக என் வாசிப்பைக் காண முயல்கிறான் இளங்கோ. அவன் அப்படிச் சொன்னால், இல்லவே இல்லை என்று என்னால் முழுமையாக அதை மறுத்துவிட முடியாது.

நாங்கள் 45 வயதுக்குப் பிறகு ஒரு பள்ளத்தாக்கில் பாய்கிறோம்
எங்கள் பித்தில் எதை எதையோ எடுத்து வருகிறோம்
சில சமயம் ஒரு மூங்கிலை
சில சமயம் ஒரு தோல் கருவியை
உறுமி மிச்சம் முடித்த ஒரு புலியின் பல்லை
ஒரு உலர்ந்துபோன காதலை
இப்போது கலைக்குத் தோன்றுகிறது
நீ ஏன் இந்த மூங்கிலைத்
துளை செலுத்தி
தோல் கருவி சேர்த்து
புலியின் பல்லில் எஞ்சி நிற்கும் உறுமலை ஒரு ஆபரணமாக்கி
உன் காதலை ஒரு கவிதையாக்கக் கூடாது...
மிகுந்த கவித்துவம் இல்லையா இது?
அப்புறம் எவ்வளவு பழசு இந்த விளையாட்டு?

இளங்கோ கிருஷ்ணன்

ஒரு வாத்தியம் வாங்கிவிட்டேன். பிறகு நடந்ததெல்லாம் வரலாறு என்று சொல்லுமளவு எதையும் நான் கிழித்து விடவில்லை. வெறும் ஐந்து மாதக் காலத்தில் அப்படிக் கிழித்து விடவும் முடியாது. தினமும் வாசிக்கிறேன். வாசிக்கையில் மகிழ்ச்சியாக இருக்கிறேன். நான் விரும்பும் சத்தம் அந்தத் தோலில் விழும் போது. "யுரேகா... யுரேகா..." என்று கத்தியபடி வீதியில் இறங்கி ஓட வேண்டும்போல் உள்ளது.

நான் இசைக் கலைஞன் அன்று; இசைக் கலைஞன்போல. ஆனால், அதில் அப்படியொன்றும் பெரிய குறை இருப்பதாகத் தெரியவில்லை எனக்கு.

சார். அந்த தர்புகா என்ன விலை?

அகழ், மே, 2024

நேர்காணல்கள்

அந்தியின் முன் நிற்பதும், காதலின் முன் நிற்பதும் ஒன்றுதான்

சந்திப்பு: சோ. விஜயகுமார்

உங்கள் படைப்பு மனதை உருவாக்கிய முதல் திறப்புகள் எவை? வாழ்வின் எந்தெந்தப் பாதைகளின் வழியே சொற்களை நாடி வந்தீர்கள்?

“அங்கு கத்தும் குயிலோசை சற்றே வந்து காதில் பட வேணும்” என்கிற வரி டேப் ரிக்கார்டரில் ஓடி முடிந்தது. தலை சீவிக்கொண்டிருந்த அப்பா அலங்காரத்தை நிறுத்திவிட்டு, ‘சற்றே’ – ன்னு எழுதுனாம் பாரு... அதனாலதான் அவன மகாகவிங்கறாங்க...” என்றார். பிறகு மந்திரத்தை முனகுவதுபோல அந்தச் ‘சற்றே’யை முனகிக் கொண்டே இருந்தார். நான் முதன்முதலில் சொல் முன் திகைத்த தருணம் அதுதான் என்று நினைக்கிறேன். கவிஞனால் காணி நிலத்தை உருவாக்கி அதில் குயிலைக் கூவச் செய்வதோடு மட்டுமல்லாமல் அந்தச் குயிலிற்கும், காதிற்குமான தூரத்தையும் எழுத முடியும் என்கிற வியப்பு அப்போது பள்ளிச் சிறுவனான என்னை இறுகப் பற்றிக்கொண்டது என்று நினைக்கிறேன்.

அப்பா ‘கவிஞர்’ என்கிற முன்னொட்டுக்கு ஏங்குபவர் என்பதால் கவிதை என்கிற சொல் வீட்டில் புழங்கிவந்த ஒன்றுதான். ‘கவிஞரே!’ என்று அழைத்தால் அவர் ஒரு சிரி சிரிப்பார். அது, அப்படி அழைத்தால் மட்டுமே வருகிற ஒரு சிரிப்பு.

சொற்கள் இயங்கும் என்பது எனக்குச் சிறுவயதிலேயே தெரிந்துவிட்டது என்றே நினைக்கிறேன். சினிமா பாடல்கள், பாரதியார் கவிதைகள், வைரமுத்து, அறிவுமதி என்கிற என் காலத்திற்குரிய வளமையான பாதைதான் என்னுடையது. ஒரு நாள் அடுத்த வீதியிலிருந்த கம்யூனிஸ்ட் கட்சி மன்றத்துக்குப் போனேன். அந்த அண்ணன்கள் ஒவ்வொருவரும் அவ்வளவு அழகாக இருந்தார்கள். ஆம் அழகாகத்தான். அந்த அண்ணன்களை மகிழ்ச்சிப்படுத்த நெம்புகோல் கவிதைகள் சிலவற்றையும் எழுதினேன். அவர்கள் என்னை வீட்டிலிருந்து எடுத்துவந்து வெளியே விட்டார்கள்.

நவீன கவிதையில் நீங்கள் உங்கள் ஆசிரியரென நினைப்பது யாரை?

வைரமுத்துவிலிருந்து நவீன கவிதைக்கு வருகையில் அது பூதம்போல அச்சுறுத்தியது. அதை ஒரு 'வினோத வஸ்து' போலப் பார்த்தேன். ஏமாற்று வேலை என்று கருதினேன். ஆனால், அதை விளங்கிக்கொள்வதற்கான முயற்சியையும் கைவிடவில்லை. மனுஷ்யபுத்திரனின் 'இடமும் இருப்பும்' கவிதைப் புத்தகத்தில் உள்ளதெல்லாம் கவிதைகளே அல்ல என்று நண்பர்களோடு விடியவிடியச் சண்டையிட்டேன். அவர்களுக்கும் அந்தக் கவிதைகள் விளங்கவில்லை. "சுஜாதா சொன்னா அது நல்ல கவிதையாகத்தான் இருக்கும்" என்பதே அவர்கள் வாதமாக இருந்தது. அப்போது சுகுமாரனின் 'சிலைகளின் காலம்' வாசிக்கக் கிடைத்தது. அதுவும் சிரமாகவே இருந்தது. ஆனால், ஏதோ ஒரு கவிதையை வாசிக்கையில், பொக்கிஷத்தின் பூட்டுத் தெறிப்பதுபோல பட்டென நவீன கவிதை திறந்து கொண்டது. யாருக்கு, எப்போது, எந்தக் கதவு திறக்குமென்று அறியாத வகையில்தான் அது நிகழ்ந்தது. இப்போது, 'இடமும் இருப்பும்' நூலை எடுத்து வாசித்தேன். வரிவரியாகப் புரிந்தது. அதிலுள்ள பல கவிதைகளும் நான் 'மனப்பாடம்' செய்யாமல் 'மனப்பாடம்' ஆயின.

சுகுமாரன், மனுஷ்யபுத்திரன், ஆத்மாநாம், மு. சுயம்பு லிங்கம், ஷங்கர் ராமசுப்பிரமணியன் ஆகியோரை வெவ்வேறு வகைகளில் என் ஆசிரியர்களாக உணர்கிறேன். இவர்களைக் குறித்து நிறையவே பேசியிருக்கிறேன் என்று நினைக்கிறேன்.

இவர்களில் மு.சுயம்புலிங்கத்தை இன்னும் பார்த்ததுகூட இல்லை. அவர் கவிதைகள் நவீன கவிதையின் பாடத்திட்டத் திற்கு வெளியே இருந்தன. ஆனால் ஒரு சந்தேகமுமின்றி அவை கவிதைகளாக இருந்தன. "சத்தியம் தன்னைத்தானே அலங்கரித்துக்கொள்ளும் தம்பி" என்று அவர்தான் எனக்குச் சொல்லித் தந்தார்.

உங்கள் கவிதை மொழியை வடிவமைத்த அடிப்படைகள் எவை? அவற்றிலிருந்து நீங்கள் உருவாக்கிக்கொண்ட தனித்துவங்கள் எவை?

விரும்பினாலும் விரும்பாவிடாலும் நாம் நமது ஆசிரியர்களிடமிருந்து பெறவே செய்வோம். என் கவிதைகளில் தொழில்படும் எளிமை என் ஆசிரியர்கள் அளித்ததாகத்தான் இருக்கும். கூடவே தயவு, தாட்சண்யமின்மை ஒன்றையும் அவர்கள் எனக்கு வழங்கினார்கள். கவிதையில் 'குசு' விடும் சத்தம் கேட்கலாம் என்றும், பார்வையற்றவனின் ஒளிந்திருந்து பார்க்கும் ஒரு ஜோடி கண்களைக் கவிதைக்குள் எழுதலாம் எனவும்.

சாதாரணச் சொற்களைக் கொண்டே அசாதாரணங்களை உருவாக்க முடியும் என்பதையும் அவர்களிடமிருந்துதான் பெற்றிருக்க வேண்டும். சுகுமாரன், மனுஷ்யபுத்திரன் இருவரின் கவிதைகளும் உரைநடைபோல் நடிப்பவை. அந்த நடிப்பு என்னிலும் தொடர்ந்தது. பின்நாள்களில் அவர்களிடம் இல்லாத விளையாட்டுப் பையன் ஒருவன் என்னிடம் வந்து சேர்கிறான். அதன்மூலம் அவர்களின் கவிதையில் கேட்ட அழுகுரலிலிருந்து நான் தப்பிப் பிழைத்தேன். கூடவே சங்கப் பாக்களின் நறுமணத்தால் ஒரு புதுவித இசைத் துடிப்பு என் கவிதைக்குள் வந்துசேர்ந்ததாக உணர்கிறேன்.

பின் நாள்களில் சுகுமாரனையும், மனுஷ்யபுத்திரனையும் பார்த்து, "இதென்ன இசை கவிதைபோல இருக்கு?" என்று வாசகர் கேட்கும் காலமும் வந்தது. அப்போது காலைத் தூக்கிக் கால்மேல் போட்டுக்கொண்டால் கொஞ்சம் வசதியாக இருக்கும் என்று தோன்றியது .

நவீன கவிதை மரபு மீறி எழுந்த ஒன்று. ஆனால் உங்கள் கவி மொழி, மரபிலக்கியங்களை குறிப்பாகச் சங்க இலக்கியங்களைத் தீண்டி நகர்கிறது. மரபும் நவீன கவிதையும் சந்தித்துக்கொள்ளும் இடம்தான் என்ன?

நாம் மூவாயிரம் ஆண்டுகள் தாண்டி வந்தாலும் நமது அடிப்படை உணர்ச்சிகள் பெரிதாக எதுவும் மாறிவிடவில்லை. நாம் மூவாயிரம் ஆண்டுகளாகக் காதலித்து வருகிறோம். மூவாயிரம் ஆண்டுகளாகத் தியாகம் செய்துவருகிறோம். கடவுள் நம்மைக் கைவிட்டபடியே மூவாயிரம் ஆண்டுகளாகத் தொடர்ந்து வருகிறார். பசியும் காமமும் மூவாயிரம் ஆண்டு களாக விடாது வருத்தி வருகின்றன. ஏக்கமும் பொறாமையும் முதல் மனித உயிரோடு தோன்றி, கடைசி மனித உயிரோடு மடியப்போகும் ஒன்றுதானே? சங்கத்து மொழிதான் பழையதே யொழிய உணர்வுகள் அல்ல.

வெள்ளிவீதியாரின் பாடல் ஒன்று:

காலே பரிதப்பினவே; கண்ணே
நோக்கி நோக்கி வாள் இழந்தனவே
அகல்இரு விசும்பின் மீனினும்
பலரே மன்ற, இவ்வுலகத்துப் பிறரே!

வானத்து மீன்களைக் காட்டிலும் நிறைய மனிதர்கள் இங்கு திரிந்துகொண்டிருக்கிறார்கள். ஆயினும் என்ன, அதில் ஒருவர்கூட நீயாக இல்லையே என்கிறது பாடல்.

காதலியைத் தேடிச் செல்லுகையில் அல்லது அவளுக் காகக் காத்து நிற்கையில் அவளைத் தவிர இந்த உலகில் பிற எல்லாமும் மறைந்துபோய் விடுகிறதல்லவா? மனித உயிர்கள் மட்டுமல்ல, மரம், மட்டை எல்லாமே அனாவசியம் என்றாகிவிடுகின்றன. அவள் இல்லாத இத்தனைப் பேருக்கு இந்தப் பூமியில் என்ன வேலை? என்று எரிச்சலடைகிறான் காதலன். இந்த உணர்வு இன்றும் தொடர்வதுதானே.

உங்களைப் பார்த்தால் நிறையத் தேடியவர்போல் உள்ளது? உங்களுக்குப் புரியும் என்று நினைக்கிறேன்.

சாதாரணமாகச் சொல்வதென்றால் நாம் ஒரு குண்டூசியைத் தீவிரமாகத் தேடுகையில், அதைவிடப் பயன் மதிப்புமிக்க பலவற்றையும் இடது கையால் அள்ளி டேபிளில் எறிவதை நீங்கள் கவனித்திருக்கிறீர்களா? அந்தக் கவிதையை இப்படி இன்றைய அன்றாடத்தில் வைத்தும் வாசிக்கலாம்.

கம்பன் அயோத்தி நகரத்துப் பெண்களை வர்ணித்துச் செல்லும் எளிய வர்ணனைக் காட்சியில் ஒரு வரியை எழுதி வைத்திருக்கிறான்:

முளைப்பன முறுவல்; அம்முறுவல்
வெந்துயர் விளைப்பன

"வெந்துயர் முறுவல்" கம்பனின் காலத்தோடு ஓய்ந்து விட்டதா என்ன? அந்த முறுவலின் முன் நாம் அடைகிற ஆனந்தம், அதன் நிமித்தம் சிந்தப்படுகிற கண்ணீர், அதற்காக நிகழ்கிற கொலைகள், தற்கொலைகள் இதில் ஏதாவது நின்றுவிட்டதா என்ன?

பழந்தமிழ் இலக்கியங்கள் நமது கருவூலங்கள். நாம் அதைத் தீண்டத்தான் வேண்டும். "மக்கள் மெய் தீண்டல் உடற்கின்பம்" என்று அய்யன் சொல்வதுபோலே சங்கப்பா ஒன்றைத் தொடுகையில் நான் என் ஆதியைத் தீண்டிய இன்பத்தை அடைகிறேன்.

தவிர, 'நைஸ்' என்கிற சமகால ஆங்கிலச் சொல்லிற்கு அருகில், "வைகறை வாளாகிறதா?" என்று அள்ளூர் நன்முல்லையாரைக் கொண்டுவந்து வைக்கையில் நான் ஒருவிதச் சாகச உணர்விற்கு ஆளாகிறேன். மொழிதானே கவிஞனின் நிலம். அவன் அங்குதானே சாகசங்களையும் நிகழ்த்த வேண்டியிருக்கிறது.

மரபிலக்கியத்தின் ஓசைநயம் நவீன கவிதைக்கு எவ்வாறு பயன்படுகிறது?

"ஓசை நயம்" என்றுதானே நீங்களே கேட்கிறீர்கள்? 'நயம்' நவீன கவிதைக்கு மட்டும் வேண்டாமா என்ன? கவிதை பிரதானமாக 'இனிமை'யுடன் தொடர்புடையதுதான். ஒப்பாரிப் பாடல்களின் இனிமையை எண்ணிப்பாருங்கள். சாவிற்கே நயம் வேண்டியிருக்கிறது. தமிழன் நீதி நூல்களையும், மருத்துவ நூல்களையும் கவிதையில் செய்துவைக்கக் காரணம் அவனுக்கு உரைநடை பழக்கமில்லை என்பது மட்டும் காரணமில்லை. நமது நீதி மொழிகள் அவ்வப்போது சாபமிடுவை. மண்ணை வாரித் தூற்றுபவை. சாபமிடும் வேளையிலும் நயத்தைக் கைவிடாதவை. "தோழா!" என்கிற விளியிலும் முன்னொரு காலத்தில் இனிமை இருந்தது. நாம் அவனை ஓயாமல் அழைத்து, அழைத்து அந்த அழைப்பை நச்சரிப்பாக்கிவிட்டோம். அவன் கடுப்பாகி வர மாட்டேன் என்று சொல்லிவிட்டான். நம்புங்கள், "அன்பே"வில் முன்பு அவ்வளவு அன்பிருந்தது.

நவீனக் கவிதையில் மட்டுமல்ல, நவீன உரைநடையால்கூட ஓசைநயத்தைக் கைவிட முடியாது. எதுகை, மோனைகள் என்பவை வெற்று இலக்கணங்கள் மட்டுமல்ல. பிரதிகளைச் செம்மையாக்கும்போது நாம் நம்மையும் அறியாமல் ஒருவித ஓசை நயத்திற்கு முயல்வதைக் கவனித்திருக்கிறீர்களா?

உங்கள் கவிதைகள் பரவலாக வாசிக்கப்படுவதற்கு அதன் எளிமையும் ஒரு காரணம். நவீன கவிதை அதன் இறுக்கமான படிம மொழியிலிருந்து இவ்வளவு எளிய உரையாடல்தன்மைக்கு வந்ததன் காரணம் என்ன?

பிரமிளின் காலத்தில்தானே நகுலனும் ஆத்மாநாமும் ஞானக்கூத்தனும் எழுதினார்கள். எளிமையே ஆபரணம் என்று நம்பும் சிலர் எப்போதும் இருந்திருக்கிறார்கள் என்றே தோன்றுகிறது.

ஒரு தருணத்தில் படிமம் ஓர் அலுப்பாக மாறிவிட்டது என்று நினைக்கிறேன். சிரித்துக்கொண்டே வெல்ல முடியு மெனில் ஏன் மூச்சிரைக்க வேண்டும்?

எளிமையில், ஒருவித ஜனநாயகத் தன்மையும் இருக்கிறது என்று நினைக்கிறேன். என் பக்கத்து வீட்டுக்காரருக்கு என் கவிதை புரிந்துவிட்டால், அதனால் கவிதையின் புனிதம் எதுவும் கெட்டுவிடாது என்கிற தெளிவிற்கு நவீன கவிதை நகர்ந்து விட்டது என்று நினைக்கிறேன். தவிர எளிமைதான் ஆபத்தான ஆட்டமும். அங்குத் தோல்வியும் நிகழ்கின்றன என்பதையும் சேர்த்தே இங்கு சொல்ல வேண்டும். படிமத்தை அடுக்கினால் மட்டும் ஒன்று கவிதையாவதில்லை என்பதுபோலவே எளிமையாகத் தோன்றுவதால் மட்டுமே ஒன்று கவிதையாகிவிடுவதில்லை.

ஒரு கவிதை எழுதுவதற்கு முதல் தூண்டுதலாக இருப்பது எதேச்சையாகத் தோன்றும் ஒரு வாக்கியமா? அல்லது உங்கள் மனநிலையில் தோன்றும் ஒரு கொந்தளிப்பான அலையா?

அதை அவ்வளவு துல்லியமாக வரையறை செய்ய முடியுமா என்று தோன்றவில்லை. நீங்கள் சொன்ன இரண்டுடன் அன்றாடத்தின் காட்சிகள், ஓசைகள் இவையும் எனக்குக் கவிதையை அளிக்கின்றன. தொலைக்காட்சி செய்திகள், சினிமாக் காட்சிகள் இவற்றிலிருந்தும் கவிதைகள் எழுதியுள்ளேன்.

இன்று பலராலும் புகழப்படும் சில கவிதைகளை எந்த மெனக்கெடலும் இல்லாமல்தான் எழுதினேன். நெற்றி வியர்வை சிந்திய கவிதைகள் சில விளைச்சலாகவில்லை. நமது திட்டங்களுக்கு அப்பால் கவிதையின் திட்டம் என்றும் ஒன்று இருக்கிறது என்று நினைக்கிறேன். "உனக்கு நீயேதான்" கவிதை எழுதும்போதும் மனமும் மெய்யும் நடுங்கிக்கொண் டிருந்தது என்பது உண்மை. ஆனால், "தற்கொலைக்குத் தயாராபவன்" கவிதை எழுதுகையில் கையில் பூச்சி மருந்து எதுவும் இல்லை. ஓர் ஆழமான காயத்தை நிதானமாகக் கீறிப் பார்த்து எழுதிய கவிதை அது. அதை எழுதும்போதும் உச்சியில் இருந்த மலரொன்றை எம்பி எம்பிப் பிடிக்க முயன்றபடியே எழுதினேன் என்பது நினைவுக்கு வருகிறது.

உங்களது கவிதைகளில் வருவதுபோல தேநீரோ, பேக்கரியோ வேறெந்த நவீன கவிஞரின் கவிதைகளிலும் வந்ததில்லை... இசைக்குப் பேக்கரி என்பதும் தேநீர் என்பதும் என்னவாக இருக்கின்றன?

ஜென் மரபில், "தேநீர் தியானம்" என்றே ஒன்றைச் சொல்கிறார்கள். ஆனால், நாம் அவ்வளவு புனிதமான இடங்களுக்குப் போக வேண்டாம். நாம்தான் புனிதம் என்றாலே, "விசுக்" கென்று பயந்துவிடுவோமே? உண்மை

என்னவெனில் நாம் எண்ணிக்கொண்டிருக்கும் அளவு நாம் அவ்வளவு கெட்டவர்கள் அல்ல.

எளிமையாகவே பேசிப் பார்க்கலாம். அங்கு கொஞ்சம் நிழல் இருக்கிறது. நான் கூரை நிழலைச் சொல்லவில்லை. 'எல்லாவற்றிலிருந்தும்' கொஞ்சம் ஒதுங்கி நிற்பதற்கான நிழல். அருந்தும்போது கண்களை மூடச் செய்யாதது என்னளவில் 'டீ' அன்று.

டீ யிலேயே வாழ்பவர்கள் இருக்கிறார்கள். இப்போது யோசித்துப்பார்க்கையில் நான் தீவிரத் தேநீர் உபாசகன் இல்லை. பேக்கரிக்கும் தினமும் செல்பவன் அன்று. ஆனால், பேக்கரி எனக்குப் பிடித்தமான இடம். கொஞ்சம் சிரிக்கிற சிப்பந்தி வாய்த்துவிட்டால் அதில், வரவேற்பின் இனிமையும், தோழமையின் ஆதரவும் சேர்ந்துகொள்கிறதல்லவா? வாழ்வில் இல்லாத ருசியைத்தான் டீ யில் தேடுகிறோமோ என்கிற சந்தேகமும் எனக்குண்டு.

தேநீர் அருந்துகையில் தேநீரை மட்டும் அருந்த முயல்வது ஞானியர் வழக்கம். ஆனால், அதைச் சதித்திட்டங்களுக்கான க்ரியா ஊக்கியாகக் கொள்பவர்களும் உண்டல்லவா? ஒரு நல்ல நேநீர் அருந்திவிட்டுப் போனால் போகிற காரியம் நல்லபடியாக முடிந்துவிடும் என்று நம்பும் கொலைகாரர்களும் உண்டல்லவா? நான் சதித்திட்டங்களில், கொலைகளில் ஆர்வமற்றவனாக இருப்பதால் பேக்கரி எனக்குக் கவிதை தருகிற இடமாக இருக்கிறதோ என்னவோ?

மாலை நேரத்துத் தேநீரை, "ஒரு நாளின் அழகான நிறுத்தம்" என்று எழுதியுள்ளேன் அல்லவா? அப்படியே இருக்கட்டுமே.

காதலின் உன்மத்தங்களையும், அதன் கையறு நிலையையும், அபத்தங்களையும்கூடத் தமிழில் வெகுசிறப்பாக எழுதிய கவிஞர்களில் நீங்களும் ஒருவர். உங்கள் கவிதைகள் காதலின் எந்தத் தருணங்களின் மீது அக்கறை கொள்கின்றன?

நான் அறிந்த காதலின் எல்லாத் தருணங்களின் மீதும் அக்கறை கொள்கின்றன. "உன்னையல்ல நீ வாழும் பூமியைக் காணவே இந்தப் பூமிக்கு வந்தேன்" என்று எழுதிய நானேதான், "அம்மாமீது ஆணையிட்டபடியே ஒன்றாவது காதலிலிருந்து ஒன்பதாவது காதலுக்குப் போகும் ஆசாமி" குறித்தும் எழுதி யிருக்கிறேன். நான் முதல் காதலனின் கவித்துவத்தைச் சந்தேகிக்க வில்லை. இன்னொரு காதலனைக் கீழ்மை செய்யவும் இல்லை.

கரகரப்பின் மதுரம்

உன்மத்தம், கையறு நிலை, அபத்தம் என்று சிலவற்றை நீங்களே சொல்லிவிட்டீர்கள். காதல் என்னைச் சிறுவனாக்கு கிறது என்று நினைக்கிறேன். 'எல்லாவற்றையும்' அப்பா பார்த்துக் கொள்வார் என்று நம்புவானே, அந்தச் சின்னஞ்சிறுவன். காதலிப்பதற்காகவே உலகிற்கு வந்ததுபோல முழுக்காதலனாக இருப்பானே, அந்த விடலைப் பையனாகவும் சமயங்களில் ஆக்குகிறது. அது எனக்குப் பிடித்துள்ளது. அந்தியின் முன் நிற்பதும், காதலின் முன் நிற்பதும் ஒன்றுதான் என்று தோன்றுவதுண்டு. தன்னகங்காரம் அழியாத ஒருவனால் அந்தியைக் காண முடியாது. அவன் காண்பது கலர் வானத்தை.

சமீபத்தில், "நன்றி!" என்று ஒரு கவிதை எழுதினேன். அவன் அந்த நாளில் காணும் எல்லோருக்கும், எல்லாவற்றுக்கும் நன்றி சொல்லிக்கொண்டே இருப்பான். காதல் சார்ந்த குறிப்புகள் எதுவும் அந்தக் கவிதையில் இருக்காது. ஆனால், அது ஒரு காதல் கவிதை. காதல் அளித்த கவிதை. காதல் என்னை' நன்றிக்குரியவன்' ஆக்குகிறது.

உங்கள் கவிதைகளில் காதலின் மீதான புலன் மயக்கங்கள் இடம்பெறும் அளவு உடலின்பம் சார்ந்த குறிப்புகள் இடம் பெறுவ தில்லையே ஏன்?

"காமங்கள் ஒன்றே என் காதல் அல்ல, கண்டேன் உன்னைத் தாயாக..." என்று இளையராஜா மனமுருகிப் பாடுகையில் என்ன, ஏதென்றே விளங்காது, தேம்பித் தேம்பி அழுத பரம்பரை என்று ஒன்றுண்டு. அந்தப் பரம்பரையில் வந்த கடைசி இளவரசன் நான்தான்.

நான் நல்ல குடும்பத்திலிருந்து வந்தவன். என் வாழ்வில் ஆபாசங்களுக்கு இடமில்லை. ஆகவே அதற்குக் கவிதையிலும் இடமில்லை. இப்போதைக்கு இப்படி வைத்துக்கொள்ளுங்கள். அப்புறம் கேள்வி கேட்கிறது ஈசி தம்பி, பதில் சொல்றது இருக்கே... "எளநி மேல என்ன குத்திக்கிணிருக்கு?"

உங்கள் கவிதைகளில் வாழ்வின் மீதான நகைப்பும், தன்னிலை மீதான ஒரு கேலியும் இருக்கிறது. இது இந்த வாழ்வின் மீதான கசப்பிலிருந்து எழும் கேலியா? அல்லது தன்னியல்பான ஒரு கொண்டாட்ட மனநிலையா?

தன்னியல்பான கொண்டாட்ட மனநிலை வாய்க்குமள வான வாழ்வல்ல என்னுடையது. அது வாழ்வின் மீதான கரிப்புதான். ஆனால். நான் அழுமூஞ்சியாக இருக்கவும் விரும்பவில்லை. நாம் கத்திக் கத்தி அழுதாலும், அது யாருக்கும் கேட்கப்போவதில்லை என்பது எனக்கு விளங்கிவிட்டது.

ஆகவே விளையாட்டுப் பையனாகி விட்டேன். விளையாட்டுப் பையனை வாழ்வால் பெரிதாகத் துன்புறுத்திவிட முடியாது. அவன் எனக்கு விடுதலை அளிப்பதுடன், என் கவிதைகளைக் குதூகலமாக்கவும் செய்கிறான்

‘நைஸ்’, ‘வருக என் வாணி ஶ்ரீ’ போன்ற கவிதைகள் வெகுஜனத் தளத்தில்கூடப் பரவலாக வாசிக்கப்பட்டன. வெகுசன உளவியலில் இருக்கும் சினிமா கேளிக்கை சார்ந்த உணர்வுப் பிரவாகங்களை நவீன கவிதைக்குள் கொண்டுவரும்போது கவிதை ஒரு வெகுசன வடிவமாக மாறுகிறதா?

முன்பே சொன்ன மாதிரி என் கவிதை என் பக்கத்து வீட்டுக்காரருக்குப் புரிந்துவிட்டால் அதனால் பழிவந்துசேர்ந்து விடும் என்று நான் அஞ்சவில்லை. அதேசமயம் அவரை ‘இப்ரஸ்’ செய்யவும் நான் எழுத மாட்டேன். நானும் கவிதை எழுதுகையில், பாரதியைத்தான் எண்ணிக்கொள்கிறேன், பக்கத்து வீட்டுக்காரரை அன்று. “கவிதையில் எல்லாம் அனுமதிக்கப்பட்டிருக்கிறது” என்பதுதான் என் எழுத்தின் பால்யத்தில் நான் கற்றுக்கொண்ட பாலபாடம். ஆகவே, ஒரு குத்துப் பாட்டைக் கவிதைக்குள் வைக்கையில் என் கை நடுங்கவில்லை.

உங்களுக்கென்று ஓர் அரசியல் இருக்கிறதா? அந்த அரசியலுக்கு உங்கள் கவிதையில் என்ன இடம் இருக்கிறது?

நான் எப்போதும் என்னை ஓர் இடதுசாரியாகத்தான் உணர்கிறேன். இளமையில், ‘DYFI’யிலும், த.மு.எ.ச.விலும் பணியாற்றினேன். ஆனால், இடதுசாரித் தத்துவங்களுக்கு உரை எழுதும் இடமாக நான் என் கவிதைகளைப் பாவிப்பதில்லை. அதில், கடவுள்கள் வருவார்கள், கடவுளை நம்புபவர்களும் வருவார்கள். மூட நம்பிக்கை போன்ற தோற்றம் தரும் இடங்களும் வருகின்றன. விதி வருகிறது. காமுகனும் வருகிறான். ஆனால் ‘SORRY சொல்லியபடியே சைக்கிளைக் கடந்து செல்லும் அந்தச் சின்ன ‘NANO’ காரை நான்தான் எழுதினேன். ஆமாம் நான்தான் எழுதினேன். சத்தமாகப் பேசிவிட்டேனா? இதைச் சொல்லுகையில் நான் ஒரு செங்கொடியின் கீழ் நிற்கிறேன். அந்த, ‘DYFI’ பையனுக்குக் கொஞ்சம் புல்லரிக்கிறது.

சிறுவயதில் தலித்துகளை வாசலில் நிறுத்தி, அவர்களுக்குத் தேங்காய்ச் சிரட்டையில் தண்ணீர் ஊற்றிய அசிங்கத்திற்கு வருந்தி, நான் எழுதிய கவிதை ஒன்றைப் பெரிதாக யாரும் பொருட்படுத்தவில்லை. என் மன்னிப்பு இன்னும் ஏற்றுக் கொள்ளப்படவில்லை.

ஒரு கவிஞனுக்கு கவிதையியல் சார்ந்த படிப்பினைகளும், அவை சார்ந்த ஒழுங்குகளும் அவசியமா?

மிக அவசியம். நான் கொந்தளிக்கும்போதெல்லாம் என் கவிதை கொந்தளிப்பதில்லை என்பதை அனுபவத்தில் உணர்ந்துள்ளேன். ஆக, எங்கு பிழை நேர்கிறது என்பதை அவதானிக்கக் கவிதையியல் படிப்பினைகள் அவசியம்.

ஒருவர் கவிஞனைவிட நெகிழ்பவராக இருக்கலாம். கவிஞனைவிடக் காதலராக இருக்கலாம். கவிஞனைவிட கண்ணீர் விடுபவராக இருக்கலாம். அவனைவிடப் புத்திசாலி யாகவும் இருக்கலாம். ஆனால், அவரால் ஏன் கவிதை எழுத இயலவில்லை என்கிற கேள்வியை எழுப்பினால், அவர் கவிதையியலின் மாணவர் இல்லை என்பதையே பதிலாகப் பெற முடியும்.

ஒரு கவிஞனின் படைப்பு மொழிக்குக் கவிதைகள் அல்லாத புனைவுகள், தத்துவங்கள், அரசியல், வரலாறு சார்ந்த வாசிப்புகள் எங்ஙனம் உதவுகின்றன?

இந்தக் கேள்விக்கு என்னளவில்தான் பதிலளிக்க முடியும். என் வாசிப்பு பிரதானமாக இலக்கிய வாசிப்புதான். வரலாறு, தத்துவம் ஆகியவை குறித்துப் பிறர் பேசும்போது அதைத் தோராயமாகப் புரிந்துகொள்ளும் அளவில்தான் அவற்றை நான் வாசித்து வைத்துள்ளேன். அவை என் கவிதைக்கு உதவினவா என்பது குறித்து என்னால் உறுதிசொல்ல முடியவில்லை.

வாழ்வைக் கூர்ந்து நோக்கல், அப்பட்டமான நேர்மை யோடு தன்னைத்தான் நோக்கல் போன்றவைதான் என் கவிதைகளுக்கு உதவின என்று நினைக்கிறேன். இசை ரசனையையும் உடன் சேர்த்துக்கொள்ளலாம். ஆனால், இளம் கவிகளுக்கு எல்லாவற்றையும் வாசிக்க வேண்டும் என்கிற வழியைத்தான் பரிந்துரைப்பேன்.

தனக்கு நிறையத் தெரியும் என்பதாலேயே கவிதையைப் பாழ்படுத்திவிடும் ஒரு வகையினரும் உண்டு என்பதை இங்கு கூடுதலாகப் பதிவுசெய்ய விரும்புகிறேன்.

'மே பிளவர்' முன் மண்டியிடுதல், குரலுக்கு ஒரு மடியுண்டு, பாடலிலிருந்து வடித்தெடுக்கும் ஆயிரம் தெய்வங்கள், லூஸ் ஹேருக்கு மயங்குதல், குப்பைத்தொட்டியைத் தேவாலயமாக்குதல் என்று தெய்வத்தைவிடத் தெய்வ நிலைகளை அதிகம் தரிசிக்க விரும்புவராக இருக்கிறீர்கள் அல்லவா? போலவே மனிதரைவிட

இசை

அவர்கள் மிக அரிதாக மின்னும் அற்புதக் கணங்களைக் காண விருப்பம் உள்ளவராகவும்?

ஆமாம். என் வாழ்வில் ஏற்கெனவே நிறைய, "இல்லைகள்" உள்ளன. தெய்வமும் இல்லாமல் வாழ எனக்கு அச்சமாக உள்ளது. எல்லாவற்றிலும் தெய்வங்களைக் காண்பதன் மூலம் நான் பாதுகாப்பாக உணர்கிறேன் என்று நினைக்கிறேன். மனிதன் அவனோடே படைக்கப்பட்ட தளைகளிலிருந்து விடுபட்டு மின்னும் தருணங்கள் இயல்பாகவே கவிதைக்கு உரியன. அப்படி மின்னும் தருணங்களில்தான் அவனுக்கு மனிதன் என்கிற பெயர் பொருத்தமாக உள்ளது. மற்றபோது அவனும் ஒரு விலங்குதான். ஆனால், விலங்கு என்று அழைத்தால் கோபம் வரும் ஒரு விலங்கு.

கடந்த இருபது வருடங்களில் நவீன தமிழ்க் கவிதையின் பாடுபொருட்களும், மொழியும் அதன் முன்னோடிகளைக் கடந்து மாறியிருக்கிறதா? அல்லது பழகிய தடத்தில்தான் சென்று கொண்டிருக்கிறதா?

இரண்டாயிரத்திற்குப் பிறகான தமிழ்க் கவிதை புத்துணர்வு உடையது என்றே சொல்வேன். எழுதாமல் எழுதப்பட்டிருந்த கவிதையின் இலக்கணங்கள் வெற்றிகரமாக மீறப்பட்டுள்ளன. நுட்பங்களைக் கைவிடாத எளிமை கைக்கூடியுள்ளது. பேசாப் பொருள்கள் பேசப்பட்டுள்ளன. பெண் மொழியும், தலித் கவிதையும் தமிழ்க் கவிதைக்குப் புதிய முகங்களை வழங்கின. வாழ்வைவிட இரு மடங்கு துயரத்தோடு காட்சி அளித்த தமிழ்க் கவிதையை நாங்கள் புன்னகைக்க வைத்தோம். ஆனால், 20 வருடம் என்பது மொழிக்குள் சின்னப் பருவம்.

பகடிக்காக அதிகம் அறியப்பட்டவை உங்கள் கவிதைகள். ஆனால், உங்கள் சமீபத்தியக் கவிதைகளில் பகடி அம்சம் வெகுவாக, குறைந்து வருவதைக் காண முடிகிறது. அந்த 'விளையாட்டுப் பையன்' உங்களிடமிருந்து விடை பெறுகிறானா?

இல்லை. நான் அவனை விடைபெற விட மாட்டேன். நான் இந்த வாழ்வையே அவனை வைத்துத்தான் சமாளிக்கிறேன். சமீபத்தில் எழுதிய, 'இசைக் கலைஞன் 'போல' ஆவது எப்படி'? என்கிற கட்டுரை அந்த விளையாட்டுப் பையனால் எழுதப்பட்டதுதான். ஆனால், நீங்கள் சொல்வதுபோல 'கவிதையில்' அது குறைந்துவிட்டதுதான். மூவாயிரமாண்டுத் தமிழ்க் கவிதையின் நெடிய பரப்பிலேயே நகையுணர்வு மிக அரிதுதான். நான் அதுகுறித்து, 'பழைய யானைக் கடை'

என்கிற பெயரில் ஒரு நூலே எழுதியுள்ளேன். ஆனால், ஒரு கட்டத்தில் தமிழ்க் கவிதைக்குள் பகடி நிறைந்து வழியத் தொடங்கியது. பகடிக் கவிதைகள் அடைந்த கவனம் இதற்கு ஒரு காரணமாக இருக்கலாம். பலரும் அந்த வகைக்கு முயன்று பார்த்தார்கள். பலரும் எழுதுவதை நாமும் ஏன் எழுத வேண்டும் என்று யோசித்தேன். அந்த யோசனை என் கவிதையைப் பிடித்துக்கொண்டதா என்று தெரியவில்லை. தவிர, நான் நிறைய விளையாடிவிட்டேன். ஓர் அம்சத்தின் முகமாக அறியப்பட நான் விரும்பவில்லை. வாழ்வில் எஞ்சியிருக்கும் அழகுகள்மீது பகடியை வலிந்து ஏற்றுவது இந்தப் பிறப்பிற்கு இழைக்கும் அநீதி.

ஆனால், இனி எழுதவே மாட்டேன் என்பதெல்லாம் இல்லை. நான் அதற்கு உழைக்க மாட்டேன். அதுவே முழுக்கவும் உருவாகி என் முன் வந்து நின்றால் நான் அதை எடுத்துக் காகிதத்தில் வைப்பேன். நான் கடைசியாக எழுதிய பகடிக் கவிதை ‘உண்மையைத் தவிர வேறொன்றுமில்லை’ என்பதுதான் என்று நினைக்கிறேன். அந்தக் கவிதைக்கு நான் உழைக்கவில்லை.

“முன்னோர்கள் ஒன்றும் முட்டாள்களில்லை” என்கிற சொற்கட்டு நிறையக் கேலிக்கு உள்ளான ஒன்று. சமயங்களில் ஆமாம் அப்படித்தான் என்று தோன்றுகிறது. நமது பழமொழிகள் எப்போதும் எனக்கு வியப்பளிப்பவை. “அளவுக்கு மிஞ்சினால் அமிர்தமும் நஞ்சு” என்று நம் முன்னோர் சொல்ல வில்லையா?

கவிதையைப் போன்றே உரைநடை இலக்கியத்திலும் தொடர்ந்து ஆர்வம் காட்டி வருகிறீர்கள். கவிதை சார்ந்தும், சாராமலும் நிறைய எழுதியிருக்கிறீர்கள். கவிதைகள் அளிக்கிற அதே பரவசங்களை உங்களால் உரைநடைகளிலும் உணர முடிகிறதா?

உண்மையில் நான் கவிதைகளைத் தவிர எதுவும் எழுத மாட்டேன் என்று ஆரம்பத்தில் எண்ணி வந்தேன். ஆனால், விரைவில் என் எட்டாவது கட்டுரை நூலும் வரவுள்ளது. அதிகமும் கவிதைகள் சார்ந்துதான் கட்டுரைகள் எழுதி யுள்ளேன். ஏன் எழுதினேன் என்கிற காரணத்தை விடுங்கள். அப்படி எழுதியதன் மூலம் மொக்கைக் கவிதைகள் எழுதும் ஆபத்திலிருந்து தப்பினேன் என்று நினைக்கிறேன். நீண்ட காலம் கவிதையுடன் தொடர்புகொள்ளாமல் இருந்தால் கவிஞனுக்கு ஓர் அச்சம் வந்து விடுமல்லவா? அவன் வலுக்கட்டாயமாக ஏதாவது கிறுக்கி வைக்க வாய்ப்புண்டு.

கவிதை சார்ந்த கட்டுரைகள் எனக்குக் கவிதையை விடாது தொட்டுக்கொண்டிருக்கும் இன்பத்தை அளித்தன.

என்னை நான் ஒரு தமிழ் மாணவனாகவும் உணர்கிறேன். என் பழந்தமிழ் இலக்கியம் குறித்த எழுத்துகளைத் தமிழுக்கு ஆற்ற வேண்டிய இனிய கடமைகளை நிறைவு செய்வது என்று சொல்லலாம்.

உரைநடை அளிப்பது கவிதையின் பரவசத்தை அன்று. ஆனால், 'அதில் பரவசமே இல்லை என்று சொல்லிவிட முடியாது'. நான் சமீபத்தில் எழுதிய கட்டுரை, "பல்லில் பிரஷ் இடும் தாளம்..." என்று தொடங்கியது. ஏனோ எனக்கு அந்த வரி மிகவும் பிடித்துவிட்டது. அப்போது பரவசமாகத்தான் உணர்ந்தேன். அந்தப் பரவசத்தின் துணையுடன்தான் முழுக்கட்டுரையையும் எழுதினேன். தவிர, கட்டுரையின் வரிகளையும் நான் வானத்திற்குக் கீழிருந்துதான் சிந்திக்கிறேன். கணினியின் முன் அமர்ந்தன்று.

உயிர்மை இதழ் நேர்காணல்

மிகைக்குள்ளும் ஓர்அளவு செயல்படுகிறது

சந்திப்பு: இரா. பூபாலன்

கவிஞர் இசை; தமிழ் இலக்கியத்தில் அறிமுகப்படுத்த அவசியமற்ற பெயர். இன்றைக்குக் கவிதைக்குள் நுழையும் வாசகர்முதல், ஏற்கெனவே கவிஞராகிவிட்ட வாசகர்வரை யாவரும் அறிந்து வைத்திருக்கும் ஒரு பெயர். இதுவரை ஒன்பது கவிதைத் தொகுப்புகள், எட்டு கட்டுரை நூல்கள் என இவரது பங்களிப்பு எழுத்துக்கு மிக முக்கிய மானது. பல்வேறு விருதுகளைப் பெற்றுள்ள இவரின் கவிதைகள் மலையாளத்தின் குறிப்பிடத் தக்க கவிகளுள் ஒருவரான பி. ராமன் மொழி பெயர்ப்பில் விரைவில் மலையாளத்திற்குச் செல்ல இருக்கின்றன.

இந்த நேர்காணலை முடித்துவிட்டு ஆசுவாச மாகத் தேநீர் அருந்திக்கொண்டிருக்கையில் கவிதையில் 'மிகை' குறித்த பேச்சு வந்தது. "அது 'மிகை'தான் என்றாலும் எங்கு, எப்போது, யாருக்கு, எவ்வளவு என்பதாக மிகைக்குள்ளும் ஓர் அளவு செயல்படுகிறது" என்று சொன்னார் இசை.

– இரா. பூபாலன்

தற்போது இசை கவிதைகள் மொத்தமாக ஒரே தொகுப்பாக வெளிவந்திருப்பது கவிதை வாசகர்களுக் கான ஒரு கொண்டாட்டமாக இருக்கிறது. இதுவரை உங்களுடைய எட்டு கவிதைத் தொகுப்புகள் வெளியாகி யுள்ளன. இவ்வளவு சீக்கிரமாக அதாவது நீங்கள்

இன்னும் இளமையோடு இருக்கும் காலத்திலேயே முழுத் தொகுப்பு கொண்டு வருவதற்கான முயற்சி எடுக்க வேண்டும் என்று ஏன் தோன்றியது?

உண்மையைச் சொல்லனும்னா ஒரு பயம் இருக்கு என நினைக்கிறேன். சில நண்பர்களின் மரணம் என்னைப் பெரிதும் பாதித்தது. அதனால், எதிர்காலம் குறித்த பயம் என்னுள்ளே வந்துவிட்டது. இப்போதே 'மரண பயம்' என்று சொன்னால் அது நாடகம்போல் இருக்கும். ஆனால், அதுவும் ஓர் உண்மைதான். அப்புறம் நிறைய எழுதிவிட்டதுபோல் தோன்றிவிட்டது. அதனால், தொகுத்துப் பார்த்துக்கொள்வது எனக்கு அவசியமாக இருந்தது. வாசகர்களுக்கும் ஏதோ ஒரு வகையில் அது பயனுள்ளது என்று எண்ணினேன்.

உங்கள் முதல் தொகுப்பு குறித்து பலரும் அறிந்திருக்கவில்லை. 'காற்றுகோதும் வண்ணத்துப்பூச்சி' எப்படி உருவானது? அதற்கு முன்பு சில இதழ்களில் உங்கள் கவிதைகள் பிரசுரமாகியிருந்தன அல்லவா?

அதற்கு முன்னால் சிறுசிறு ஜனரஞ்சக இதழ்களில் நான் கவிதைகள் எழுதி உள்ளேன். சரவணா ஸ்டோர்ஸ் என்றே ஓர் இதழ் வந்தது. அதில்கூட எழுதியுள்ளேன். புன்னகை இதழில்தான் அதிகமாக எழுதினேன். க. அம்சப்ரியா, ரமேஷ் போன்ற கவிஞர்களுடன் நானும் எழுதத் தொடங்கினேன். இந்த வட்டாரத்தில் உள்ள இலக்கிய நண்பர்களுக்கான பயனுள்ள இதழாகப் *புன்னகை* இருந்தது. அதில் நான், இளங்கோ கிருஷ்ணன் போன்றவர்கள் ஒன்றாக இணைந்து எழுதத் தொடங்கினோம். பின் *தீம்தரிகிட* இதழிலும் எழுதத் தொடங்கினேன். இதற்கெல்லாம் முன்பாகவே எனது முதல் தொகுப்பு வந்துவிட்டது. காரணம் ஒரு கவிதைத் தொகுப்பு வெளியிட்டால்தான் நம்மையும் ஒரு கவிஞனாக ஒத்துக்கொள்வார்கள் என்ற எண்ணம். அவை ஆழமான கவிதைகள் இல்லை சிறுபிள்ளைத்தனமான முயற்சி என்றாலும், முதல் தொகுப்பை நான் ஒளித்துவைக்க விரும்பவில்லை. அதனால், அதுவும் பட்டியலில் இடம் பெறுகிறது.

இருகூரில் இளஞ்சேரல், பொன் இளவேனில் இருவருடனும் விடிய விடியவெல்லாம் இலக்கியம் பேசிய காலம் அது. இளஞ்சேரல் தொகுப்பும் எனது முதல் தொகுப்பும் ஒரே நாளில் வெளியானது.

உங்களுடைய குறிப்பிடத் தகுந்த தொகுப்புகளில் ஒன்று இரண்டாவது தொகுப்பான, 'உறுமீன்களற்ற நதி'. எல்லா வாசகர்களும் பரவலாக

வாசிக்கக்கூடிய ஒரு தொகுப்பு. நிறைய இளைஞர்கள் இன்றும் தேடி வாசிக்கும் தொகுப்பு அது. நிறைய விருதுகள் பெற்ற தொகுப்பும்கூட. 'காற்று கோதும் வண்ணத்துப்பூச்சி'யிலிருந்து இதற்கான பயணம் எவ்வாறு அமைந்தது?

கிட்டத்தட்ட எட்டு ஆண்டுகள் இடைவெளி. அந்த இடைவேளைக் காலம்தான் உண்மையாக இலக்கிய வெறியுடன் அலைந்த காலம். அந்த நேரத்தில்தான் நானும் இளங்கோவும் ஒன்றாக இணைந்து காலை பூங்காவுக்குப் போனால் இரவு காவலர் விசில் ஊதி, வெளியே போ என்று கூறும்வரை அங்கேயே அமர்ந்து பேசுவோம். இலக்கியம் நரம்பில் கொதித்து ஓடிய காலம் என்று கூறலாம். கிட்டத்தட்ட ஒரு பைத்திய நிலையில் இருந்தோம். அந்தக் காலந்தான் நிறைய வாசிக்கவும், ஊர் ஊராக இலக்கியக் கூட்டங்களுக்குச் சென்றதுமான காலம். கவிதையியல் சார்ந்து நிறைய உரையாடினோம். மனுஷ்யபுத்திரனது 'நீராலானது', சுகுமாரனின் 'சிலைகளின் காலம்' போன்ற தொகுப்புகள் தனிப்பட்ட முறையில் எனக்குக் கவிதைகளைக் கற்பதற்கான வழியாக அமைந்தன.

இலக்கியத்தில் எவர் முகத்தில் முழிக்கிறோம் என்பதில் இருக்கிறது எல்லாமும் என ஒருமுறை சொல்லி இருக்கிறீர்கள். அது ஒரு சத்திய வாக்குதான். அந்த முழிப்பு உங்களுக்கு வெவ்வேறு காலகட்டத்தில் வெவ்வேறு வகையாக நடந்திருக்குமல்லவா?

அது முன்பு சுகுமாரன் சாரைப் பத்தி எழுதிய வரி. இப்போதும் எனது ஆசிரியர் அவர். 'காற்றுகோதும் வண்ணத்துப்பூச்சி' தொகுப்பை, சிலருக்கு மட்டுமே அனுப்பி இருந்தேன். கல்யாண்ஜிக்கு அவர் ஸ்டைலிலேயே ஒரு கடிதம் எழுதித் தொகுப்பை அனுப்பிவைத்தேன். அது அவருக்குச் சேர்ந்ததா என்றுகூடத் தெரியாது. அப்படித்தான் திருவனந்தபுரத்தில் பணியிலிருந்த சுகுமாரனுக்கும் அனுப்பி வைத்தேன் அவர் எனக்கு ஒரு கடிதம் எழுதி இருந்தார், அதில் அவர்

> எழுத்துக்கு நான் என்றென்றைக்குமாகக்
> கைக்கொள்ளும் சூத்திரம் என்பது ஒன்று உண்டு.
> அது தெளிவுறவே அறிந்திடுதல்,
> தெளிவுதர மொழிந்திடுதல்

என்று குறிப்பிட்டு இருந்தார். நான் மாஸ்டர் என்று நம்புகிற ஒருவர் எனக்குச் சொன்ன அருள் வாக்கு போல இருந்தது அது

பின்னர் ஆத்மாநாம், மனுஷ்யபுத்திரன், மு. சுயம்புலிங்கம், ஷங்கர்ராமசுப்ரமணியன் போன்றவர்கள் முகத்திலும் விழித்தேன். இவர்கள் ஏதோ ஒரு விதத்தில் என் எழுத்துள் இருக்கிறார்கள்.

உங்களைத் தொடர்ந்து வாசித்தும் கவனித்தும் வருபவர் என்ற நிலையில் இந்தக் கேள்வி. நீங்கள் தமிழ் இலக்கியம் பயின்றவர்தானே?

இல்லை, நான் டி. பார்ம். அதற்குப் பிறகு தொலைதூரக் கல்வியாக இளங்கலை, முதுகலைத் தமிழ்ப் பயின்றேன். ஆனால் அதைத் தீவிரமாகக் கற்றேன் என்று கூற முடியாது. நான் தமிழ் கற்றது வகுப்புகளுக்கு வெளியேதான். ஆனால், பள்ளிக்காலம் முதலே எனக்குத் தமிழ்மீது ஆர்வம் மிகுதிதான். நான் பாடத்திற்கு வெளியே ஆர்வமாகக் கற்ற அதே அழகான புறநானூற்றுப் பாடலை அண்ணாமலைப் பல்கலைக்கழகப் பாட நூலுள் வைத்து வாசிக்கையில் அதே பழைய தூக்கம் வந்துவிட்டது. ஆகவே, என் தமிழ்க் கல்வி என் இலக்கியக் கல்வியின் ஒரு பகுதிதான்.

தமிழ்க் கல்விக்கு முன்பான உங்கள் மொழிதலுக்கும் பின்பான மொழிதலுக்கும் வேறுபாடுகளை ஒரு வாசகனாக என்னால் உணர முடிந்தது...

உண்மைதான். நமது பழந்தமிழ் இலக்கியங்களைச் செல்வங்கள் என்றே இப்போதும் மதிப்பிடுகிறேன். அவை என் எழுத்தில் ஒளி கூட்டவே செய்தன.

'உறுமீன்களற்ற நதி' அதனினும் இனிது அறிவினர் சேர்தல்' 'உய்யடா உய்யடா உய்', 'தேனொடு மீன்', 'அழகில் கொதிக்கும் அழல்' ஆகிய என் நூல்களின் தலைப்பிலேயே நீங்கள் அந்த ஒளியை உணரலாம். இதுவன்றிக் கவிதைக்குள் வரும் பழந்தமிழ்ச் சொற்கட்டுகளும் கவிதையைப் புத்துணர்ச்சி மிக்கதாய் ஆக்குகின்றன என்று நம்புகிறேன்.

கம்பராமாயணத்தில், அயோத்தி நகரத்துப் பெண்களை வர்ணிக்கிறான் கம்பன். வெறும் அழகு வர்ணனைபோல் இல்லை அந்த வரி. காதலின் களிப்பையும் வேதனையையும் ஒரு வரியில் கட்டி இழுத்து வந்துவிட்டது போலத் தோன்றியது எனக்கு.

'முளைப்பன முறுவல்; அம்முறுவல் வெந்துயர் விளைப்பன'

நீங்கள் உங்கள் காதலியின் முகத்தை ஒருமுறை ஆழமாக எண்ணிக்கொண்டு "வெந்துயர் முறுவல்" என்று ஒருமுறை

சொல்லிப் பாருங்கள். 'உடைந்து எழும் நறுமணம்' தொகுப்பில் காதல் கவிதைகளால் ஆன ஒரு பகுதி உண்டு. அதற்கு, 'வெந்துயர் முறுவல்' என்றே தலைப்பிட்டேன்.

ஆனால், நான் தனித்தமிழ் வெறியன் அல்ல. என் கவிதை கோரினால் நான் "நைஸ்" என்றும் தலைப்பிடுவேன்.

"கவிதை மட்டுமா" என்ற கேள்வியை எத்தனை முறை எதிர்கொண்டீர்கள் என்பது தெரியாது. ஒரு கதாசிரியரிடமோ ஒரு நாவலாசிரியரிடமோ ஏன் இன்னும் கவிதை எழுதவில்லை என்று யாரும் இதுவரை கேட்கவில்லை. ஆனால் ஒரு கவிஞனிடம் ஏன் இன்னும் கதை எழுதவில்லை நாவல் எழுதவில்லை என்று கேட்கிறார்கள். இதை நீங்கள் எதிர்கொண்டு உள்ளீர்களா?

ஆம் எதிர்கொண்டுள்ளேன். நானும் ஒன்றிரண்டு சிறுகதைகளை எழுதிப் பார்த்துள்ளேன். அவை சிறுகதை ஆகவில்லை. ஒரு கதை எழுதி சுகுமாரன் சாருக்கு அனுப்பினேன். அவர் படித்துவிட்டு இதைக் கட்டுரையாகப் போட்டு விடலாம் என்றார். கவிஞர் மோகனரங்கன் படித்துவிட்டு, "இதை நீ ஏதாவது இதழுக்கு அனுப்பினால் சிறுகதை என்று போடத்தான் செய்வார்கள். ஆனால், அனுப்பிவிடாதே" என்றார். இப்படி எனது சிறுகதை முயற்சியை ஆரம்பத்தி லேயே இந்த இரண்டுபேரும் கிள்ளி எறிந்துவிட்டார்கள். பிறகு நான் அதற்கு முயற்சி செய்யவில்லை.

எனக்கு விவரணைகள் வரவில்லை அல்லது முயற்சி செய்யவில்லை. உலகின் புறக்காட்சிகளைக் குறித்த அறிவு போதவில்லை. ஒரு கதை எங்காவது நிகழ வேண்டுமல்லவா? அது நிகழும் நிலத்தைச் சொல்வதில் ஏதோ ஒன்று போத வில்லை அல்லது அதில் ஆர்வமில்லை என்று நினைக்கிறேன். இயல்பாகவே எனக்குச் "சித்தரிப்பு அலர்ஜி" உண்டு. என் புனைவு முயற்சிகளில் அது ஒரு குறையாகிவிட்டது.

'காச்சர் கோச்சர்' நாவலை வாசிக்கையில் நம்மாலும் இதுபோல் ஒரு நாவல் எழுதிவிட முடியும் என்று தோன்றியது. எழுத முடியுமா எழுதுவேனா என்று தெரியவில்லை.

நீங்களே சொன்னதுபோல உங்கள் கவிதைகளில் சங்க இலக்கியச் சொற்களுடன், சமகாலச் சொற்களும் ஆங்கிலச் சொற்களும் கலந்தே வருகின்றன. இந்த முனைக்கும் அந்த முனைக்கும் எப்படி அல்லாடுகிறீர்கள்? ஒரு கவிதையில் வெற்றிக்கு "Success" என்று கத்தியுள்ளீர்கள்.

கவிதைதான் கோருகிறது. "நைஸ்" கவிதை வரும்போதே "உன் கைகள் எவ்வளவு நைஸாக" இருக்கின்றன என்கிற

142   இசை

வரியோடுதான் வந்தது. அதனால். நான் அதை முழுவதும் நம்பினேன். சமீபத்தில் அந்தக் கவிதையில் "நைஸ்" என்கிற ஆங்கிலச் சொல்லிற்குப் பதிலாக வேறு என்ன சொற்களை உபயோகித்திருக்க வாய்ப்பு இருந்தது என்று யோசித்துப் பார்த்தேன். "மிருது" என்கிற சொல் நினைவுக்கு வந்தது. மிருது என்கிற சொல்லைக் காமத்தைப் பேசும் வேறொரு கவிதையில் நானே பயன்படுத்தியும் உள்ளேன். ஆனால், நைஸ் கவிதைக்கு அது போதவில்லை. "நைஸ்" என்கிற சொல்லில்தான் எச்சில் ஊறி ஒழுகுகிறது. அதாவது, "ஜொள்ளு" வடிகிறது. அந்தக் கவிதைக்கு அந்த 'ஜொள்ளு' தேவைப்பட்டது.

சமீபத்தில் எழுதிய, "பேப்பர்காரராக வந்தவர்" கவிதையில்கூட "அவுட்" என்ற சொல்லைப் பயன்படுத்தினேன், அவுட் என்கிற சொல்லுக்கு இணையான, கச்சிதமான வேறு தமிழ்ச்சொல் அமையவில்லை. "அவுட்" என்கிற சொல்லில் இருக்கும் மகிழ்ச்சியும் துள்ளலும் அந்தக் கவிதைக்கு தேவைப்பட்டது. ஆகவே அது எடுத்துக்கொண்டது.

> பேப்பர்காரராக வந்தவர்
> உலகத்தை உருட்டி
> உனக்குத்தான் என்பதாக
> அந்தரத்தில் எறிந்தார்
>
> எனக்கேதான் என்பதுபோல்
> நானதை எட்டிப் பிடித்தேன்.
>
> அப்போது
> உறுதியாக
> ஒரு அவுட்.

தவிர ஆங்கிலம் நம் வாழ்வில் இரண்டறக் கலந்துவிட்டது. கவிதையில் கலக்கக் கூடாது என்றால் எப்படி? ஆனால், அதை ஒரு மோஸ்தர்போல கவன ஈர்ப்பாகச் செய்வதில் அர்த்தமில்லை.

ஆரம்ப நாள்களில் நீங்கள் வாழ்வின் சிறந்த தருணங்களையே கவிதையாக்கி வந்தீர்கள் என்றும் சமீப நாட்களாக அன்றாடங்களையும் கவிதையாக்கி வருகிறீர்கள் என்றும் தோன்றுகிறது...

உங்களுக்கு அப்படித் தோன்றினால் அது எனக்கு மகிழ்ச்சியே. சிறந்த தருணம், சாதாரணத் தருணம் என்பதெல் லாம் மனதின் லீலைகள்தான் என்று நினைக்கிறேன். பிறகு சாதாரணத் தருணத்தை நான் வெற்றிகரமாகக் கவிதை ஆக்கிவிட்டால் அது எப்படிச் சாதாரணத் தருணம்?

ஒரு விபத்தில் முதுகுத் தண்டு பாதிக்கப்பட்டுப் படுக்கையில் சிகிச்சை பெற்றுவரும் என் நண்பனை, தற்போது அடிக்கடிப்

போய்ப் பார்த்துவருகிறேன். அங்கு அவனைப்போலவே வாழ்வு கடித்துக் குதறிய பலரையும் பார்க்கிறேன். நான் உயிர் தரித்திருக்கும் ஒவ்வொரு தருணமும் சிறந்த தருணம்தான் என்று தோன்றிவிட்டது. இங்கும் பாட்டி நினைவுக்கு வருகிறாள்:

"அரிது அரிது மானிடராய் பிறத்தல் அரிது."

வாழ்வு குறித்த புகாரும் அச்சமும் உள்ள கவியாக அறியப்படும் நகுலனின் நேர்காணல் ஒன்றைச் சமீபத்தில் பார்த்தேன். பேட்டி எடுப்பவர் நகுலனிடம் வாழ்வு குறித்து ஏதோ புகார் சொல்கிறார். நகுலன் அவருக்கே உரிய வகையில் அதற்குப் பதில் சொல்கிறார்...

"ஏன்... ஏன் அப்படி சொல்றீங்க... இப்ப நம்ம ரெண்டு பேரும் பேசிக்கிட்டு இருக்கமே. இது... இந்தத் தருணம் எவ்வளவு நல்லாருக்கு..."

பகடி உங்கள் கவிதைகளில் மிகவும் நேர்த்தியாக வெளிப்படும் ஓர் அம்சம். அது உங்களுக்கு மிகப்பெரிய பலம் என்று கூடக் கூறலாம். உங்கள் அளவிற்குச் சமகாலத்தில் பகடியை யாரும் எழுதிப் பார்க்கவில்லை. இது திட்டமிட்டுத்தான் நிகழ்கிறதா?

ஆரம்பக் காலத்தில் ஒரு சின்னத் திட்டம் இருந்தது என்றே நினைக்கிறேன். ஆனால் இப்போது இல்லை.

கவிதையைப் பற்றிய மேற்கோள்களில் ஒன்றே ஒன்று எனக்கு எப்போதும் உதவுவதாக இருக்கும் அது, "கவிதை என்பது பிறிதொன்றில்லாத புதுமை" என்று ஜெயமோகன் சொன்ன ஒன்று. நான் எழுதத் தொடங்கும்போது எங்கெங்கு பார்க்கினும் ஒரே ஒப்பாரியாக இருந்தது. கண்ணீர் இல்லாமல் கவிதையே இல்லை என்கிற நிலை. கண்ணீரை நான் சந்தேகிக்க வில்லை. ஆனால், அப்படி மூக்கைச் சிந்தவும் விரும்பவில்லை. 'பகடி' என்பது கவிதையைப் புதிதாகக் காட்டியது. 100 கவிதை களுக்கு மத்தியில் தன்னைத் தனித்துக் காட்டுவதற்குப் பகடியால் முடிந்தது. பின்னாள்களில் பகடியும் ஒரு மோஸ்தர் ஆனது. அந்தக் கேட்டில் எனக்கும் ஒரு கணிசமான பங்குண்டு.

சமீபநாள்களில் உங்கள் கவிதைகளில் பகடி குறைந்து வருவதற்கு வயதும் ஒரு காரணம் என்று சொல்லலாமா?

வயது முதிர்ந்தால் அறிவும் முதிர்ந்துவிடும் என்கிற கருத்தில் எனக்கு நம்பிக்கை இல்லை. நானேகூட அதற்குச் சாட்சி. என்னால் இன்னும் விடலைப் பருவத்தையே தாண்ட முடியவில்லை. அழுவதுதான் கவிதை என்கிற காலம்போல் பகடிதான் கவிதை என்பது போலவும் பகடி திடீரெனப்

144 இசை

பல்கிப் பெருகுவதைப் பார்த்தேன். மெல்ல நான் அதிலிருந்து விலகி நடக்கத் தொடங்கினேன். கவிதையின் வெவ்வேறு குணரூபங்களைத் தொட்டுப் பார்க்கவே நான் விரும்பினேன். அதனால் வெற்றிகரமான ஒரு சூத்திரத்தைத் துணிந்து கைவிட்டேன். ஆனால், என்னுடையது முழுத்துறவு அன்று. சமீபத்தில் எழுதியவற்றுள் 'அலுவலகத்தில் ஒரு பிரச்சினை', 'ரஜினி ரசிகையின் காதலன்' போன்ற கவிதைகளில் பகடி இருந்தது. அவை எனக்குப் பிடித்தும் இருந்தன.

தவிர, பகடியின் விளையாட்டை நான் என் உரைநடையில் தொடரவே செய்கிறேன். அது சாகும் மட்டும் தொடரும். அந்த விளையாட்டுப் பையனை விட்டால் எனக்கு வேறு யார் இருக்கிறார்கள்?

உங்களுடைய எல்லாக் கவிதைகளும் தலைப்பு உடையவைதாம். கவிதைக்குத் தலைப்பிடுதல் நிறைய கவிஞர்களுக்கு வராத ஒரு நுணுக்கம். அதை எப்படி நீங்கள் சிறப்பாகத் தேர்வு செய்கிறீர்கள்?

தலைப்பு சில சமயம் கவிதையை விளக்கிக் கூறிவிடும். அது கவிதையின் மயக்க அழகுக்கு ஊறு. அதை நான் விரும்புவதில்லை. கவிதையின் வாசகப் பங்களிப்பை இது தடுத்து நிறுத்திவிடுகிறது. வாசகர் ஒரு "ஆஹா!" சொல்ல வேண்டுமல்லவா? அவனுடைய "ஆஹா" வையும் கவிஞனே பறித்துக்கொள்வது அழகல்ல.

சில கவிதைகளின் தலைப்பு கவிதைக்குள் உணர்த்த முடியாத ஒரு விஷயத்தை உணர்த்த உதவுவதும் உண்டு. அப்படியான நேரத்தில் தலைப்பு ஒரு துணை.

தேவதச்சன் அவர்கள் தலைப்பு கிடைக்காதபோது, முதல் வரியையே தலைப்பாக வைத்துவிடுவார். எனக்கும் தலைப்பிடல் ஒரு சிக்கல்தான். உங்களுக்கு அது சிறப்பாக உள்ளதாகத் தோன்றினால் மகிழ்ச்சி. நானும் தலைப்பு கிடைக்காமல் "ஆம்" என்றெல்லாம் தலைப்பிட்ட ஓர் ஏழைதான்.

இசை ஒரு "தனியன்" என்பதுதான் உங்களைக் குறித்த எனது ஆரம்ப கால மனச்சித்திரம். ஆனால், இன்று ஒரு பரந்துபட்ட இலக்கிய நட்பில் உள்ளீர்கள். உங்கள் இலக்கிய நண்பர்கள் குறித்துச் சொல்லுங்கள்?

"எல்லாம் எழுதுகிற இந்த வெறுங்கையில் இருந்து வந்ததுதானே" என்று சமீபத்தில் மனுஷ்யபுத்திரன் தன் 50ஆவது கவிதை நூலின் முன்னுரையில் எழுதியிருந்தார்.

நானும் அதே உணர்ச்சிப் பெருக்கோடுதான் இதைச் சொல்ல விரும்புகிறேன். என் நண்பர்கள் என் பேறுதான்.

இலக்கிய நண்பர்கள் என்றால் 50 பெயரையாவது பெயர் சொல்லிச் சொல்ல வேண்டும். அதற்கு இந்த இடம் போதாது. அவர்கள் என்மேல் அன்பு செலுத்துபவர்களாகவும், காயம் செய்பவர்களாகவும், மன்னிப்பவர்களாகவும், என்னால் மன்னிக்கப்படுபவர்களாகவும் இருக்கிறார்கள்.

இளங்கோவும் நானும் சுயபால் விரும்பிகள்போல ஒன்றாகவே திரிந்த காலம் ஒன்று இருந்தது. நரன்தான் என்னை இணையத்துள் புழங்க அழைத்துவந்தான்.

இப்போது தினமும் பேசிக்கொள்ளும் நண்பர்கள் என்று ஒரு குழு உருவாகியுள்ளது. அவர்கள் என் எழுத்துள்ளும் வினை செய்துள்ளார்கள். கவிதை சாராது நான் எழுதிய முதல் உரைநடை வடிவேலுவைக் குறித்து எழுதிய, 'லைட்டா பொறாமைப்படும் கலைஞன்' என்கிற கட்டுரை. கட்டுரைக்குப் புதியவன், களமும் புதிது என்கிற நிறையத் தயக்கங்கள் இருந்தன. அந்தக் கட்டுரை காலச்சுவடு இதழில் வந்தது. ஒரு நகைச்சுவை நடிகரைக் குறித்து ஒரு தீவிர இலக்கிய இதழில் எழுதும்போது அதற்கு வெறும், 'உயர்வு நவிற்சி' உதவவில்லை. அப்போது, சாம்ராஜ்தான் ஈழத் தமிழர்களின் படுகொலையைக் கண்டித்து தன்னைத் தீக்கிரையாக்கி உயிர் நீத்த முத்துக்குமாரின் கடிதத்திலும் வடிவேலுவின் 'வசனம்' உண்டு என்பதை நினைவு படுத்தினார். அதை வெறும், 'தகவல் உபயம்' என்று சுருக்கிவிட முடியாது. அந்தத் தகவல் கட்டுரையின் செறிவுக்குப் பெரிதும் துணை செய்தது. இப்படி நண்பன் விஷால் ராஜா சமயங்களில் என் எழுத்தைச் சீராக்குவதுண்டு. நண்பர் ஏ.வி. மணிகண்டன் என் இரண்டு கவிதைகளை 'எடிட்' செய்துள்ளார். இரண்டுமே வரிகளை முன்னும் பின்னும் நகர்த்தி வைத்ததுதான். ஆனால், பிரமாதமானது.

நீ ஏன்
அவ்வளவு தூரத்திலிருக்கிறாய்?
சென்று காணுமளவுக்கு

என்று நான் ஒரு கவிதை எழுதி அனுப்பினேன். மணி அந்தக் கவிதையை இப்படி மாற்றினார்:

நீ ஏன்
அவ்வளவு தூரத்திலிருக்கிறாய்?
சென்று
காணுமளவுக்கு

எனக்கு நிறைந்துவிட்டது. "சென்று" என்கிற சொல்லைத் தனி வரியாக்கியதன் மூலம் மணி அந்த வரிக்குள் ஒரு விமானத்தைப் பறக்க வைத்துவிட்டார்.

எழுத்து அளித்த ஒரு பரிசு செந்தில்குமார் நடராஜன். அவன் இருக்கும் தைரியத்தில்தான் இந்த வாழ்வைக் கொஞ்சம் நம்பிக்கையோடு எதிர்கொள்கிறேன். கவின்மலர், சரோ இருவரின் முன் நான் ஓர் ஆண் அன்று. பால்பேதத்தை அழித்துவிடுவது எவ்வளவு அழகான ஒரு நிலை?

ஷங்கர் முன்னோடிக் கவிஞர் என்பதோடு நண்பராகவும் தொடர்பவர். சாம்சன், வரதன், சரண் ஆகியோர் ஏதோ ஒரு விதத்தில் என்னைப் பத்திரம் செய்பவர்கள். மிஷ்கினோடு களிக்கும் ஓர் இரவு இரண்டு மாதத்திற்கான சக்தியைச் சேமித்து வைக்கப் போதுமானது. அவனோடு இருக்கையில் நான் எழுத்தாளன்... எழுத்தாளன்... எழுத்தாளன் தவிர வேறொன்றுமில்லை. நான் அறிந்து அவன் ஒரு இருபது பேருக்குச் சேர்த்துச் சம்பாதிக்கிறான்.

மனோஜ் பாலசுப்பிரமணியம், வீரபத்திரன் இருவரும், "தம்பியர் இருவராகத்" துணை செய்கிறார்கள்.

கவிதை மனநிலையை எப்படித் தக்க வைத்துக்கொள்கிறீர்கள்? உங்கள் எழுத்து ஆரம்ப காலம் முதல் இன்று வரை ஒரே நேர்கோட்டில் ஏறுமுகத்தில் இருப்பதாகத்தான் தோன்றுகிறது. புதிதாக எழுத வருபவர்களுக்கு ஒரு சவாலாக அமைந்துள்ளது இது. அந்த மனநிலையை எப்படித் தக்கவைத்துக் கொள்கிறீர்கள்?

அது பயிற்சியில்தானா என்று தெரியவில்லை. நாம் தொடர்ந்து வாசிப்பது மூலமாக ஆழமான ஒரு பயிற்சி நடப்பதாகத்தான் தோன்றுகிறது. ஆனால், கவி மனநிலையைத் தக்கவைத்துக்கொள்ள சிறப்புத் தியானம் எதுவும் இருப்ப தாகத் தெரியவில்லை. எனக்கான தருணத்தை நான் உருவாக்கவில்லை. அது தானாகவேதான் நிகழ்கிறது. "கவிஞனின் கண்" என்று சொல்கிறார்களே அது என்ன? பதில் இல்லை கேள்வியாகக் கேட்கிறேன்.

கவிஞன் ஓரளவு கலப்படம் இல்லாமல் இருக்க முயலலாம். அல்லது அவன் கலப்படத்தில் சிக்கும்போது இதோ...இதோ... இந்தக் கலப்படம் என்று காணுகிற விழிப்புணர்வு... இப்படி சில அவனுக்கு உதவக்கூடும். எல்லாம் அனுமானங்கள்தாம். உறுதியில்லை. எல்லாம் கலைமகள் கைப்பொருள் என்று நான் சொல்ல வரவில்லை. ஆனால் அந்த விசயம் அவ்வளவு தெளிவாக இல்லை என்று சொல்கிறேன். கவிதையைப்

பூடகப்படுத்துவது என் நோக்கமல்ல. நான் 500 கவிதைகளையும் தாண்டி எழுதிவிட்டேன். இதோ நீங்கள் பேட்டியெல்லாம் எடுக்கிறீர்கள். இன்று இரவு ஒரே ஒரு கவிதை எழுதிவிட என்னால் முடியுமா? உறுதியில்லை அல்லவா?

உங்கள் கவிதையில் ஒரு கச்சிதம் இருக்கின்றது. அந்தக் கச்சிதத்தை எது அளிக்கிறது?

கவிதைக்குக் கச்சிதத் தன்மை அவசியம் என்றுதான் நினைக்கிறேன். தேவையற்ற ஒரு வரி கவிதைக்குள் வரும்போது கவிதையே நீர்த்துப் போய்விடும். அந்த உணர்வு சிதைந்து விடுகிறது. அந்த வரி இல்லாமலே உணர்வு கடத்தப்பட்டு விடக்கூடும் என்றால் அந்த வரி தேவை இல்லைதானே. நான் தொகுப்பாக்கும் கடைசி நிமிடம்வரை கவிதைகளைத் திருத்துபவனாகத்தான் இருக்கிறேன்.

இளையராஜா, எஸ்.பி.பி, சஞ்சய் சுப்பிரமணியன், எம்.கே.டி, சிவாஜி கணேசன், கமலஹாசன், க்ரிஷ் கெயில் போன்ற சமகால ஆளுமைகளை வெற்றிகரமாகக் கவிதைகளுக்குள் அழைத்து வந்திருக்கிறீர்கள். இசை என்னும் ரசிகரைக் குறித்து சொல்லுங்கள்?

ஷகீலாவும் ரஜினியும்கூட உண்டு. ரஜினி நுழைந்தது ஒரு காதல் விபத்து. அவரைத் தவிர ஷகீலா உட்பட எல்லோரும் ஏதோ ஒரு விதத்தில் என் 'நன்றி'ப் பட்டியலில் இருப்பவர்கள். என் நாள்களைப் பரவசத்துள் ஆழ்த்தியவர்கள். அவர்கள் கவிதைக்குள் வரும்போது அவர்களுடைய ஒளியால் எனக்கு உதவியபடியேதான் வருகிறார்கள். அவர்களை எங்கு அமர வைக்க வேண்டும் என்பது மட்டும் எனக்குத் தெரிந்திருந்தது என்று நினைக்கிறேன். அவர்கள் என் கவிதைக்குள் ஒரு கவர்ச்சிப் பொருளாக வரவில்லை என்றும் நம்புகிறேன். நான் வெகுவாக ரசிக்கும் வேறு சிலர் இன்னும் என் கவிதையை அலங்கரிக்கவில்லை.

'காற்று வீசுகிறது' போன்ற சில கவிதைகள் உள்ளீடற்ற, ஏமாற்றம் அளிக்கும் கவிதைகளாக எனக்குத் தோன்றுகிறது. அதுபோன்ற கவிதைகளை எப்படி நம்புகிறீர்கள்?

நீங்களே சொல்கிறீர்களே 'நம்புவது' என்று. நானும் அவற்றை அப்போது கவிதை என்று நம்பித்தான் எழுதுகிறேன். நீங்கள் சொல்லும் கவிதை, 'காற்று வாங்குதல்' என்னும் கவிதை என்று நினைக்கிறேன். 'இசை கவிதைகள்' நூலைத் தொகுக்கையில் பழைய தொகுப்புகளிலிருந்தும் சில கவிதைகளை நீக்கினேன். அந்த நீக்கத்திலிருந்தும் அந்தக் கவிதை தப்பித்தான் பிழைத்துவிட்டது. எண்ணிக்கையில் ஒன்றைக்

கூட்டுவதன் மூலம் ஒரு தமிழ்க்கவி எந்த ராஜ்ஜியத்தைக் கைப்பற்றப் போகிறான்? கவிதை கைவிடும் தருணங்களும் நிகழவே செய்யும்.

எழுத்தாளர் ஜெயமோகன் உங்கள் கவிதைகளை தொடர்ந்து கவனப்படுத்தி வந்துள்ளார். அவருக்குத்தான் உங்கள் முழுத் தொகுதியை சமர்பித்துள்ளீர்கள் அல்லவா? அது குறித்து?

ஜெயமோகனிடம் நான் பேசியது மிகக்குறைவு. ஆபத்தான அழகிகளிடம் கூட இரண்டு வார்த்தை தனியாகப் பேசிவிடலாம். ஆனால் அவரைச் சுற்றி எப்போதும் அவர் நண்பர்கள் இருப்பதால் அந்த இரண்டு வார்த்தையும் பேச முடிந்ததில்லை.

ஆனால் ஆரம்பத்திலிருந்தே எனது எல்லாப் புத்தகங் களைப் பற்றியும் அவர் தொடர்ந்து எழுதி வந்திருக்கிறார். அதை அவர் செய்ய வேண்டிய ஒரு அவசியமும் இல்லை. அவர் எனக்காக அதைச் செய்தார் என்றுகூட நான் நம்ப வில்லை. கவிதையில், இலக்கியத்தில் அவரது தரப்பு, அவர் நம்பும் உண்மை என்று ஒன்று இருக்குமல்லவா? அந்த உண்மைக்காகவே அவர் அதைச் செய்தார் என்று நினைக்கிறேன். அந்த உண்மைகளுக்காக அவர் வாதாடி இருக்கிறார். 'இசை' என்கிற தனி ஆள் இதில் இரண்டாம் பட்சம்தான். மொழியில் புதுப்போக்கு ஒன்று தலையெடுக்கும்போது அதை முன்மொழியச் சில ஆளுமைகள் அவசியம். அந்த ஆளுமை களுள் வலுவான ஒருவராக அவர் இருந்தார். மிகவும் மகிழ்வோடும் நன்றியோடும்தான் நான் அந்தச் சமர்ப்பணத்தைச் செய்தேன்.

என் கவிதைகள் குறித்து எழுதியதற்காக மட்டுமல்ல. தமிழ்க் கவிதை குறித்துத் தொடர்ந்து சிந்தித்தும் எழுதியும் வரும் ஒருவர் என்கிற ரீதியிலும் அவருக்கு அந்தப் புத்தகம் சமர்ப்பிக்கப்பட்டது.

'பழைய யானைக்கடை' ஓர் ஆய்வு நூல். உழைப்பைக் கோரும் விசயம். அதை எழுதிய அனுபவம்?

நீண்ட நெடிய தமிழ் இலக்கியப் பரப்பில் விளையாட்டு எப்படித் தொழில்பட்டிருக்கிறது என்று பார்க்க ஆசைப் பட்டேன். கவிதையில் விளையாடியவன் என்கிற அடிப்படை யில் நமக்கு முன்பு யார் விளையாடியிருக்கிறார்கள் என்பதைப் போய்ப் பார்க்க ஆசைப்பட்டேன். அதை ஒரு சின்னக் கட்டுரை யாக எழுதிப்பார்த்தேன். பிறகு அது தனி நூலாக ஆனது. சங்க இலக்கியம் தொடங்கி நவீன கவிதைவரை கவிதையின் விளையாட்டைத் தோராயமாகத் தொட்டுப் பார்க்க முடிந்தது.

அந்தப் பயணம் இரண்டு ஆண்டுகள் நீடித்தது. அதையொட்டி நிறைய வாசிக்க வாய்த்தது. கலித்தொகையிலும், நந்திக் கலம்பகத்திலும் விளையாட்டைக் கண்டடைந்த கணங்கள் இன்னும் துல்லியமாக நினைவில் இருக்கின்றன. ஆய்வும் கவிதைபோல ஒரு போதைதான் என்று அப்போது தோன்றியது.

அவ்வையைப் பற்றிய ஆய்வுக் கட்டுரைகளை எழுதிக்கொண்டிருக்கிறீர்கள் அது எந்த அளவில் இருக்கிறது?

ஆய்வுக் கட்டுரைகள் என்று சொல்ல முடியுமா என்று தெரியவில்லை, நான் அதற்கு வைத்திருக்கும் பெயர் 'அவ்வையார் கவித்துவத் திரட்டு.' அந்த நூல் நிறையும் தருணத்தில் உள்ளது.

நீலி எனும் பெண் எழுத்து சார்ந்த இணைய இதழுக்காக ஒரு கட்டுரை எழுதப்போய் ஒரு நூலாக வளர்ந்துவிட்டது. என் பழந்தமிழ் எழுத்துகளைப் பொறுத்தவரை நான் அறிஞன் அல்ல என்பது எனக்கு ஒரு வசதியாக உள்ளது. நானே தடவித் தடவித்தான் கண்டடைய வேண்டியிருக்கிறது. அந்தத் தடவுதலில் எது சிக்கல் என்பது ஓரளவு விளங்கி விடுகிறது. அந்தச் சிக்கலிலிருந்து என் வாசகனைக் காக்க முடிகிறது.

ஏதோ 'காதல் விபத்து' என்று சொன்னீர்களே? அதுகுறித்துச் சொல்ல முடியுமா?

உங்கள் கேள்விகள் சிறப்பாக இருந்தன. நன்றி! வணக்கம்!

பொற்றாமரை இதழ் நேர்காணல்